மானுட வாசிப்பு

பேராசிரியர் தொ.ப.வின் தெறிப்புகள்

மானுட வாசிப்பு

பேராசிரியர் தொ.ப.வின் தெறிப்புகள்

தயாளன்
ஏ.சண்முகானந்தம்

தடாகம்

மானுட வாசிப்பு பேராசிரியர் தொ. ப.வின் தெறிப்புகள்

- **ஆசிரியர்:** தயாளன், ஏ. சண்முகானந்தம்
- **முதல் பதிப்பு:** மே 2016, **மறுஅச்சு:** மார்ச் 2022
- **அட்டை ஓவியம்:** மணிவண்ணன்

Book Name & Author Name: *Manuda Vaasippu Perasiriyar Tho. Pa.vin Therippugal* by *Dayalan, E. Shanmuganantham*

© *Thadagam*

First Edition: May 2016, **Reprint:** March 2022

Published by:

TTHADAGAM
No.112, First Floor, Thiruvalluvar Salai
Thiruvanmiyur, Chennai 600041
Ph: +91-98400-70870
www.thadagam.com | info@thadagam.com

ISBN: 978-81-932691-2-1

Price: Rs.120

தொ. பரமசிவன் (1950 - 2020)

தமிழகப் பண்பாட்டு ஆய்வாளர்களில் முதன்மையானவர். மதுரை காமராஜர் பல்கலைக்கழகம் மற்றும் திருநெல்வேலி மனோன்மணீயம் சுந்தரனார் பல்கலைக் கழகத்தில் பணியாற்றியுள்ளார். நாட்டார் மக்களின் வாய் மொழி வழக்காறுகள், சடங்குகள், உரையாடல்களிலிருந்து ஆய்வை முன்னெடுத்தவர். சிறுதெய்வ வழிபாடுகள் குறித்த இவரது ஆய்வுகள் முக்கியத்துவம் வாய்ந்ததாகக் கருதப் படுகிறது.

அணிந்துரை

நெளிந்தோடும் ஆறு

உண்மையில் வெட்கமாகவும், குற்றவுணர்ச்சியாகவும் இருக்கிறது.

வெட்கமென்பது இதிலுள்ள அற்புதமான ஆய்வின்பாற்பட்ட தகவல்களில் நான் ஐந்து சதவீதம்கூட அறிந்து கொள்ளவில்லையே என்பதால் எழுந்தது.

இரண்டாவதோ எந்தத் தகுதியுமற்ற ஒருவனை அணிந்துரை எழுதச் சொன்னதால் விளைந்தது.

மனதாரச் சொல்கிறேன் நண்பர்களே!

இந்த நூலுக்கு முன்னுரையோ, அணிந்துரையோ எழுத எந்தத் தகுதியுமற்றவன் நான்.

தொ.ப.வின் மீது நான் கொண்டிருக்கிற பேரன்பும், நூலைக் கொணரும் தோழர்களது அன்பின்பாற்பட்ட வலியுறுத்தல்களும்தான் எழுத வைத்திருக்கிறது என்னை. அதுதான் உண்மை.

ஓர் அற்புதமான ஆளுமையோடு நிகழ்த்துகின்ற நேர்காணல் எப்படி இருக்க வேண்டும் என்பதற்கான முன்மாதிரியாக இருக்கிறது இக்கலந்துரையாடல். அறிவின் துருத்தல்களற்ற வினாக்களும், அகந்தைகளற்ற விவரிப்புகளுமாக, நெளிந்தோடும் ஆறெனச் செல்கிறது நூல்.

எதை எடுக்க வேண்டும் என்பது நேர்கண்டவர்களுக்கும் தெரிந்திருக்கிறது. எதைக் கொடுக்க வேண்டும் என்பது எதிர்கொண்ட தொ.ப.வுக்கும் தெரிந்திருக்கிறது. இந்நூலின் சிறப்பே அதுதான்.

உப்புப் பெறாத விஷயம் என நாம் உதறித் தள்ளும் "உப்பு" குறித்து. சங்க காலத்திலே உப்பு விற்ற "உமணர்" குறித்து, நாம் சுவைக்கும் எல்லா சுவைகளுடைய பெயர்களும் கரிப்பு, துவர்ப்பு, கசப்பு, இனிப்பு என உப்பையே உள்ளடக்கி முடிவதற்கான காரணம் குறித்து, எல்லாம் விளக்கிச் செல்கையில், அட நாம் மலினமாக நினைத்த உப்புக்குள் இத்தனை உண்டா என்கிற வியப்புதான் மேலிடுகிறது.

பௌத்தத்திற்கும் சமணத்திற்குமான வேறுபாடு, சமணத்திற்கும் திருவள்ளுவருக்குமான தொடர்பு, கள்ளுண்ணாமை, புலால் உண்ணாமை, துறவு போன்ற விடயங்களில் தமிழர்கள் எப்படி திருவள்ளுவரைத் தோற்கடித்தார்கள் என்பதையெல்லாம் விரிவாகச் சொல்லிச் செல்லும் தொ.பரமசிவன் நக்கலுக்கும் சளைத் தவரில்லை.

வள்ளுவரை சைவம் சொந்தம் கொண்டாடுவதெல்லாம், ஊரில் பெரிய்ய ஆளாயிட்டான் என்பதற்காகவே "அமைச்சர் எனக்கு நெருங்குன சொந்தம்தான்", என்று சொல்லிக் கொள்வதைப் போலத்தான், என்கிறார் தொ.ப.

பௌத்தம் செத்த மீனைச் சாப்பிடலாம் என No Objection Certificate கொடுக்க, சமணமோ செத்ததாவது சாகாததாவது, எதையும் சாப்பிடக்கூடாது என தடை உத்தரவு பிறப்பிக்கிறது. அதற்கு, 'நீ ஆட்டை அறுக்கல சரி, ஆனா ஞாயித்துக்கெழமை காலைல 10 மணிக்குக் கறி வாங்க வருவேன்றதுக்காகத்தான் அவன் 6 மணிக்கே அறுத்து வெச்சான், கொல்றதும் தப்பு, தின்னுவதும் தப்பு,' இதுதான் வள்ளுவரோட கோட்பாடு. "சமணத்தின் உயிரான கோட்பாடே அதுதான்" அதைத்தான் வள்ளுவர் வலியுறுத்துகிறார் என மிக எளிமையாக விளக்கிச் செல்கிறார்.

தேசபக்தி என்பது எப்படிக் கயவர்களின் கடைசி புகலிடம் என்கிறோமோ அப்படி "சாதி என்பது பாதுகாப்பற்றவனின் புகலிடம்" என்கிறார் தொ.ப.

ராஜாஜியாலேயே முற்றாக நிராகரிக்க முடியாத பெரியாரை சிலர் புரிதலின்மையால் நிராகரிப்பது முட்டாள்தனமே தவிர வேறில்லை என நெத்தியடியாய்ச் சொல்கிறார். அதிலும் தமிழகத்தின் இடதுசாரிகள் என்பவர்கள் பெரியாரை எப்படிப் பார்த்தார்கள், பார்க்கிறார்கள், என்பதற்கு, "பகுத்தறிவு சிகரம் ஈ.வெ.ரா.னு ஒரு புத்தகம். 1953—54 இல் தொழிற்சங்கத் தலைவர் எழுதுனது. இவ்வளவுக்கும் அய்யங்கார் அவரு. கட்சி அத ஏறெடுத்துக்கூடப் பார்க்கல. இன்னைக்கு பெரியார் 150—வது விழாவ கொண்டாட வேண்டிய கட்டாய தேவை இருக்கிறது. வாக்கு வங்கி காரணமாகப் பெரியாரை நிராகரிக்க முடியாது என்ற நிலை. ஏற்றுக் கொண்டதைப் போல பாவனை செய்கிறார்கள்." என மிக நேரடியாகவே இடதுசாரிகள் மீது தனது குற்றச்சாட்டை வைக்கிறார் தொ.ப. தங்களை சுயவிமர்சனம் செய்து கொண்டு அறிவு நாணயத்தோடு இதற்கு இடதுசாரிகள் பதில் சொல்வார்களா அல்லது வழக்கம்போல கள்ள மௌனம் காப்பார்களா என்பதற்குக் காலம்தான் பதில் சொல்ல வேண்டும்.

காடு, மலை, ஆறு, மணல் என இயற்கை வளங்கள் சுரண்டப்படுவது குறித்து,

5001 அடிகள் கொண்ட சிலப்பதிகாரத்தில் 5000 தாவர வகைகளைக் குறிப்பிட்டிருப்பது குறித்து,

தனது இளமைக்கால நட்புகள் குறித்து,

எட்டாவது வகுப்பே படித்திருந்தாலும் கமலஹாசனுக்கு இருக்கும் புத்தக வாசிப்பின் மீதான மோகம் குறித்து என எண்ணற்றவற்றைச் சுவைத்தபடி பயணிக்கலாம் இதன் பக்கங்களோடு.

அதிலும் தெரிந்ததைத் தெரியும் எனவும், தான் அறியாததை அப்பட்டமாக, “எனக்கு உணவியல் பற்றி அதிகம் தெரியாது. தெரியாத விசயங்களைப் பேசாமலிருப்பதுதான் நாகரிகம்.” என ஒப்புக் கொள்ளும் அடிப்படை நேர்மை, நம்முள்ளும் ரசாயன மாற்றங்களை ஏற்படுத்தும் முன்மாதிரிகள்.

தொ.பரமசிவனின் அருமை புரிந்தது “முன்னாள் முதல்வர் ஜெயலலிதா கோயில்களில் ஆடு, கோழி பலியிட தடைச் சட்டம்” கொண்டு வந்த போதுதான். ராமகோபாலன் மட்டுமல்ல, ஆசிரியர் வீரமணியும் அதை ஆதரித்த அரசியல் அதிசயம் அப்போதுதான் அரங்கேறியது. சங்கரமடத்தில் கிடாய் வெட்டச் சொல்லி கட்டாயப் படுத்தவும் முடியாது. சங்கிலிக் கருப்பராயன் கோயிலில் சர்க்கரைப் பொங்கல்தான் வைக்க வேண்டும் என்று சண்டித்தனம் செய்யவும் கூடாது என்பதைப் புரியவைத்தது தொ.ப.தான்.

எந்தவொரு விஷயத்தையும் ஒற்றைப் பரிமாணத்துக்குள் அடக்கிவிட முயல்வது எங்கே கொண்டுபோய் நிறுத்தும் என்பதை புரிந்துகொண்ட பொழுதுகள் அவை.

தோழர்கள் சண்முகானந்தமும் தயாளனும் நெய்துள்ள இந்நூல் எண்ணற்ற இழைகளைக் கோர்த்துச் செல்கிறது. முன்னரே சொன்னபடி அறிவின் துருத்தல்களற்ற வினாக்கள், ஒரு வார்த்தையைத் தொட்டால் அவர் எப்படித் தொடர்வார் என்கிற புரிதல், உண்மையிலேயே சிறப்பு நண்பர்களே.

இன்னமும்கூட...

தமிழ் பிரெய்லி கொண்டு வந்த Anne Askwith குறித்து,

1900லேயே விவசாயம் அல்லது கிருஷி சாஸ்திர சாரசங்கிரகம் எழுதிய சேலம் பகடாலு நரசிம்மலு நாயுடு குறித்து,

பெரியாரின் தளபதிகளுள் ஒருவராக இருந்த பரவஸ்து ராஜகோபாலாச்சாரி அய்யங்கார் குறித்து, மருதநாயகம் என்றழைக்

கப்படும் கான்சாகிப் குறித்து என அவரோட பயணிக்க ஏராளம் உண்டு. அதற்கான மற்றொரு படியாக இந்நூலைச் சொல்லலாம்.

தோழன் தொ.ப.விடம் "அய்யா அந்த டி.எம்.நாயர் பத்தி" என்று ஆரம்பித்தாலே தென்னிந்திய நல உரிமைச் சங்கத்தின் மெனி பெஸ்ட்டோ, அதை எதிர்த்து ஐரிஷ் பெண்மணி அன்னி பெசன்ட் வெளியிட்ட அறிக்கை, "பார்ப்பனரல்லாதோர் ஒன்றிணைப்பை"த் தற்கொலை முயற்சி என அன்று "இந்து" எழுதிய தலையங்கம், டி.எம்.நாயர் அன்னிபெசன்ட்டை ஆப்படித்து எழுதிய Anti septic Journal, அன்னி பெசன்ட்டுக்கும் பெர்னாட்ஷாவுக்கும் இருந்ததாகச் சொல்லப்பட்ட காதலின் முறிவு, அவர் குறித்து வந்த Mrs.Besant - Tricks and Dupes என்கிற புத்தகம், டி.எம்.நாயரின் புகழ்பெற்ற ஸ்பர்டேங்க் ரோடு வீரமுழக்கம், "பிராமணர்கள்தான் இந்தியாவின் மனசாட்சி" என்று உளறிய அன்னி பெசன்ட் குறித்து வெளிவந்த Who is Ms.Besant? Why has she Come to India? என்கிற நூல், நீதிக்கட்சி பவள விழா மலர், என குறைந்தபட்சம் பத்து புத்தகங்களாவது படிக்க வேண்டும்.

இந்த நேர்காணலோ இன்னும் பல நூறு புத்தகங்களை வாசிப் பதற்கான வாசலைத் திறந்து விட்டிருக்கிறது.

மிக்க நன்றி நண்பர்களே!

தோழமையுடன்,

பாமரன்
கோவை
pamaran@gmail.com

முன்னுரை

கடவுள், தெய்வம் மற்றும் தொ.ப.

2000ஆம் ஆண்டு வாக்கில் இருக்கும் என்று நினைக்கிறேன். தொ.ப.வின் கட்டுரை ஒன்றை வாசிக்கும் வாய்ப்பு கிடைத்த நேரம். அக்கட்டுரையின் சொற் கட்டுமானம், அனுபவ வெளிப்பாடு, பட்டுத் தெறிக்கும் புதிய செய்திகள் இவையெல்லாம் மாயாஜாலங்களாக இருந்தன. ஒரு பொருளை எப்படி அணுக வேண்டும், எந்தக் கண்ணோட்டத்தில் நின்று சிந்திக்க வேண்டும் என்று வெளிச்சம் பாய்ச்சியது அக்கட்டுரை. பின்பு, தொ.ப.வின் அத்தனை புத்தகங் களையும் தேடித் தேடி வாசிக்க ஆரம்பித்தேன். தொ.ப.வின் மாணவர் சங்கர் ராமின் அறிமுகம் கிடைத்த பிறகு தொ.ப. குறித்து நிறைய தெரிந்து கொள்ள ஆரம்பித்தேன். பண்பாட்டு அசைவுகள், அழகர் கோவில், சமயங்களின் அரசியல், பரண், விடுபூக்கள் என்று விடாமல் வாசித்தேன்.

நாட்கள் நகர, நகர தொ.ப.வை நேரில் சந்திக்க வேண்டும் என்று தோன்றியது. கடையம் திருவள்ளுவர் கழகத்தில் ஒரு முறை பேசினார். திருக்குறளில் இருக்கும் சமணத் தாக்கம் குறித்துப் பேசினார். அங்கிருந்த சைவ அன்பர்கள் கொதித்து வந்தார்கள். அவர்கள் அனைவருக்கும் சிரித்துக் கொண்டே பதிலளித்தார்.

ஒரு கட்டத்தில் நான் தொ.ப.வின் ரசிகனாகவே மாறிவிட்டேன். தெய்வம் வேறு; கடவுள் வேறு என்பார்; புதிராக இருக்கும். பின்பு புதிரை விடுவிப்பார். கடவுளுக்குப் பின்னால் நுண்ணரசியலும் அதிகாரமும் இருக்கிறது. தெய்வம் மனிதனுடன் நேரடி உறவு கொள்கிறது என்று விளக்குவார்.

அவரின் அழகர் கோவில் கட்டுரையில் அவர் விவரிக்கும் கோவிலுக்கும் சமூகத்திற்குமான உறவுநிலை நுட்பமானது. வரலாறும், தொன்மமும் நிறைந்த கட்டுரைத் தொகுப்பு அது. அழகர் கோவிலை நேரில் பார்க்க வேண்டும் என்று மனதில் ஏக்கமாகவே மாறி விட்டது. மதுரையைப் பண்பாட்டுத் தலைநகர் என்று உறுதியாகச் சொல்வார். புழங்கு பொருள் பண்பாடு என்பார். பண்பாட்டு ஆய்வு சமையலறையில் இருந்து தொடங்கப்பட வேண்டும் என்பார்.

சண்முகானந்தத்துடன் இணைந்து தொ.ப.வைச் சந்தித்துப் பேசிய நான்கு நாட்களும் வாழ்வில் முக்கியமான தருணங்கள். ஒரு கேள்வியை முடிக்கும் முன்பே பட்டுத் தெறித்தாற்போல் ஒரு சங்கப்பாடலுடன் பதிலைத் தொடங்கி விடுவார். அவரின் நினைவாற்றல் அபாரமானது. புத்தகத்தின் பெயர், வெளிவந்த ஆண்டு, பதிப்பாளர் விவரம், எங்கு கிடைக்கும் போன்ற விவரங்களுடன் அடித்து நொறுக்குவார்.

எப்போதும் கடவுள், தெய்வம், நாட்டார் மரபு என்று பேசிக் கொண்டே இருக்கும் ஒருவர் பெரியாரியவாதியாக இருக்க முடிவது பிரமிக்க வைக்கிறது. நாமும் அன்றாடம் எத்தனையோ விடயங்களைப் பார்க்கிறோம். ஆனால் தொ.ப. மட்டுமே கவனிக்கிறார். புதிய கோணத்தில் சிந்திக்கிறார். எளிமையாக வெளிப்படுத்துகிறார்.

நேர்காணல் செய்த எங்களைவிட நேர்காணலை ஒலி வடிவில் கேட்டு எழுதி, மீண்டும் கேட்டு எழுதி, திருத்தி ஒரு மிகப்பெரிய ஆவணத்தைச் செய்து கொடுத்த நண்பர் சித்திரை வீதிக்காரன் மதுரை சுந்தருக்கு எவ்வளவு நன்றி சொன்னாலும் போதாது. இந்த நூலில் நானும் மதுரை சுந்தரும் எடுத்த நேர்காணலும் இணைக்கப் பட்டிருக்கிறது. சித்திரை வீதிக்காரன் தொ.ப.வின் பக்தர் என்று சொன்னால் அது மிகையல்ல. சித்திரை வீதிக்காரனைப்போல ஏராளமானோரை ஈர்த்திருக்கிறார் தொ.ப. தமிழகப் பண்பாட்டு ஆய்வுக் களத்தில் தொ.ப. ஒரு சகாப்தம். தொ.ப.வுடன் உரையாட நான்கு நாட்கள் என்பது மிகக் குறைந்த கால அவகாசம்.

நேர்காணலுக்கு உடன் பயணித்த தோழர் ஏ.சண்முகானந்தத்திற்கும், பயணத்திற்கு உதவிய தடாகம் பதிப்பகத்திற்கும் நன்றி. முன்னுரையில் வழக்கம்போல் அசத்தியிருக்கிறார் எழுத்தாளர் பாமரன். இந்த நூல் ஒரு வரலாற்று ஆவணமாக நிலைக்க வேண்டும் என விரும்புகிறேன்.

தயாளன்

சென்னை — 94
dayalabs@yahoo.com

முன்னுரை

மானுட ஆய்வாளருடன் சில நாட்கள்...!

பெரியார், அம்பேத்கர், காரல் மார்க்ஸ் என சமூக மாற்றத்திற்கான ஆளுமைகளை என்னுள் விதைத்த தோழரும், உடன்பிறவா சகோதரருமான ஓவியர் கரு.சின்னசாமி வழியே என்னுடைய வாசிப்புப் பழக்கம் 90—களின் மத்தியில் ஒரு புதிய திசையை நோக்கிப் பயணிக்கத் தொடங்கியது. பெரியாரை வாசிக்கத் தொடங்கிய நாள் முதல் பெரியாரை ஒரு நேர்கோட்டுப் பார்வையாகவே அவதானித்து வந்துள்ளேன். பெரியார் குறித்த விவாதங்களை நண்பர்களுடன் பல நேரங்களில் செய்ததுண்டு. விவாதங்களின் மையப் பொருளாக பெரியாரின் தமிழ்த் தேசியம், மொழிவாரி மாநிலப் பிரிவினை போன்ற விடயங்கள் குறித்தே இருந்துள்ளது. கடவுள் குறித்த விவாதங்கள் பெயரளவிலேயே இருந்தது. 'கடவுள் இல்லை' என்ற அளவுகோலைக் கொண்டே பெரியாரைப் புரிந்துகொண்ட காலகட்டமாக அது இருந்து வந்துள்ளது.

நூல் வாசிப்பில் எனக்குள் இருக்கும் ஒரு பழக்கம் என்னவென்றால், புத்தகங்களை வாங்கியவுடன் மேலோட்டமாக ஒரு பார்வை பார்த்து, பின்பு சில நாட்கள் (சில வேளைகளில் மாதக்கணக்கிலும் ஆகிவிடும்) இடைவெளியில் வாசிக்க ஆரம்பிப்பேன். கோ.கேசவனின், 'மண்ணும் மனித உறவுகளும்', கல்வி நூலான, 'சன்னலில் ஒரு சிறுமி' போன்ற நிறைய நூல்களை அந்தவகையில் உதாரணமாகக் கூறலாம். படிக்க ஆரம்பித்த பிறகு, கேசவனின் எழுத்திற்காக அவரது நூல்களை தேடித் தேடி வாங்கிப் படித்த காலங்கள் பசுமையாக நினைவில் நிற்கின்றன. 'சன்னலில் ஒரு சிறுமி' நூல் தாய்மொழிக் கல்வி மற்றும் நேரடி களப்பயிற்சியின் மூலம் கற்றல் போன்றவற்றில் இன்றளவும் ஒரு முதன்மையான நூலாகத் திகழ்ந்து வருகின்றது.

அந்தவரிசையில், கடந்த 2010—ஆம் ஆண்டு இறுதியில் தொ. பரமசிவனின், 'பண்பாட்டு அசைவுகள்' நூலை வாங்கியும், அது அலமாரியில் இருந்தது எப்போதும் போல. நண்பர்களுடனான விவாதத்தின் முடிவில், தொ.பரமசிவனின் 'பண்பாட்டு அசைவு'களை வாசிக்க ஆரம்பித்தேன். பெரியார் குறித்து எனக்குள் கரடு தட்டியிருந்த பல விடயங்கள் உதிர்ந்து விழுந்தன.

'கடவுள் இல்லை... கடவுள் இல்லை... கடவுள் இல்லவே இல்லை...' என்ற திராவிட இயக்கத்தினரின் முழக்கத்தை, தொ.ப. கண்ணாடி கொண்டு பார்க்க ஆரம்பித்தேன். சமூகத்தின் 90 விழுக்காட்டு மக்கள் தெய்வ நம்பிக்கையில் இருக்கும்போது, பெரியார் எந்தக் கடவுளை எதிர்த்தார் என்ற கேள்வி எழுந்தது. பெரும்பான்மை மக்களின் நம்பிக்கையை எப்போதுமே அவர் எதிர்த்ததில்லை.

'ராமரை செருப்பால் அடித்தார்...' 'விநாயகர் சிலையைத்தான் உடைத்தாரே...' தவிர, அய்யனார் சிலையையோ, அம்மன் வழிபாட்டையோ பெரியார் எப்போதும் எதிர்க்கவில்லை என்ற தொ.ப.வின் எழுத்துக்கள் என்னுள் பலவித மாற்றங்களை ஏற்படுத்தின. சமூகத்தின் பெரும்பான்மை மக்களிடம் சிறு தெய்வ வழிபாடு, தாய் தெய்வ வழிபாட்டு முறைகள் இன்றளவும் தொடர்கிறது. பெரியார் எதிர்த்தது, பெருந்தெய்வ வழிபாட்டையும், பார்ப்பனியத்தையும், இந்துத்துவாவையும்தான் என்ற உண்மை செவிட்டில் அறைந்ததுபோல இருந்தது.

அன்றிருந்து தொ.ப.வின் நூல்களைத் தேடி வாங்கிப் படிக்க ஆரம்பித்தேன். படிக்க ஆரம்பிக்கும்போதே, என்னுள் எழுந்த ஐயங்களை வினாக்களாகத் தொகுத்து வைக்கவும் தொடங்கினேன். அதுதான் இன்று நூலாக விரிந்துள்ளது. சென்ற ஆண்டு (2015) அக்டோபர் மாத இறுதியில் தென்காசியில் நான்கு நாட்கள் தங்கி தொ.ப.வை நேர்காணல் செய்தது என்றென்றும் மறக்க இயலாத அனுபவமாக அமைந்தது.

நேர்காணலின் முதல் நாள் இருந்த சிறிது தயக்கம், தொடர்ந்த நாட்களில் மறைந்தது. அறிமுகமற்ற, அனுபவமற்ற இளைஞர்களான எங்களின் சாதாரணமான கேள்விகளுக்கும் புன்னகை மாறாத பதிலும், துறை சாராத கேள்விகளுக்கு, தெரியவில்லை என்ற நேர்மையான பதிலும் தொ.ப. மீதிருந்த மதிப்பை பன்மடங்காக உயர்த்தியது. சுருக்கமான, தெளிவான பதில்கள் — பண்பாடு, வரலாறு, கலை தொடர்பாக இன்னமும் நீண்ட உரையாடலுக்குச் சொந்தக்காரராகவே தொ.ப. உள்ளார். தொ.ப.வுடனான நான்கு நாள் உரையாடல் பல புதிய பார்வைகளை எங்களுக்குள் ஏற்படுத்தியது.

தமிழகத்தில் அரை நூற்றாண்டுகாலமாக ஆட்சி செய்து வரும் திராவிட கட்சியினர், மற்றும் தேர்தல் பாதையில் பங்கெடுக்காத திராவிட அமைப்புகள், இடதுசாரிகள் என முற்போக்காளர்கள் அனைவரும் பெரியாரை ஒற்றைப் பார்வையில் பொதுவெளிக்கு அறிமுகப்படுத்தியதோடு, அதை ஆழமாக வேரூன்றவும் செய்துவிட்டனர்.

பன்முகப்பட்ட இந்தியாவை இந்துத்துவம் சூழ்ந்துள்ள இன்றைய வேளையில், பெரியார் குறித்தும், நாட்டார் தெய்வங்கள் குறித்தும் தொ.ப.வின் பார்வையில் அணுகுவதும், மக்கள் மத்தியில் அதனைக் கொண்டு சேர்ப்பதும் திராவிட இயக்கத்தினர் மற்றும் இடதுசாரிகளின் கடமையாக உள்ளது. காலத்தை உணர்ந்தவர்களாக இவர்கள் இருப்பார்களா?

இடதுசாரிகள் ஒரு விடயத்தைப் புரிந்து செயலாற்றக் குறைந்தது சில பத்தாண்டுகளாவது தேவைப்படுகிறது. பெரியாரை புரிந்துகொள்ள, பண்பாட்டைப் புரிந்துகொள்ள, சாதியைப் புரிந்து கொள்ள, அணு உலையைப் புரிந்துகொள்ள என இவர்களுக்கு எதுவும் புரிவதற்கு நீண்டகாலம் ஆகின்றது. தொ.பரமசிவன் என்ற ஆளுமையை இவர்கள் எப்போது புரிந்துகொள்வது?

சிறு தெய்வ வழிபாட்டுக் கோவிலில் இந்துத்துவம் தன்னை சமரசப்படுத்திக் கொள்வதை, அண்மையில் கண்டிருக்கின்றேன். வட சென்னையில் அமைந்துள்ள இக்கோவிலில், இந்து முன்னணி கொடி பறக்கிறது. இதுபோன்ற இந்துத்துவா அபாயங்கள் தமிழகத்தைச் சூழ்ந்துள்ள நிலையில், பெரியாரின் கருத்துக்களை தொ.ப.வின் பார்வையில் அணுகுவதும் மக்களிடம் கொண்டு சேர்ப்பதும் 'கருத்து செயலாக்கம்' பெறுவதற்கும், 'மக்கள் இயக்கமாக' மாறுவதற்கான முயற்சியாக அமையும். அப்போதுதான், பார்ப் பனியத்தையும் அதனைத் தாங்கியுள்ள இந்துத்துவத்தையும், இந்து மதத்தையும் வீழ்த்துவதற்கான ஆற்றலை முற்போக்காளர்கள் பெறமுடியும். அதற்கான ஆற்றலை தொ.ப.வின் எழுத்துக்கள் கொண்டிருக்கின்றன.

அதற்கான சாட்சியே, தொ.ப.வின் சமீபத்திய நூலான 'இந்து' தேசியத்திற்கு' (கலப்பை வெளியீடு) திராவிடர் விடுதலை கழகத் தலைவர் தோழர் கொளத்தூர் தா.செ. மணி எழுதியிருந்த நுட்பமான முன்னுரையாகும். அதன் தொடர்ச்சியைத் திராவிட இயக்கத்தினர் கையில் எடுக்கும்போது மட்டுமே, இந்துத்துவத்தை எவ்வடிவிலும் வீழ்த்த இயலும். தோழர் பாமரன் ஒரு முறை குறிப்பிட்டது போல, 'தமிழகத்தின் கருவூலமாக' உள்ள தொ.ப.வின் கருத்துக்களைத் திராவிட இயக்கங்களும், இடதுசாரிகளும் மக்கள் மத்தியில் கொண்டு செல்ல வேண்டும். அப்போது மட்டுமே நாம்

எதிர்பார்க்கும் மாற்றங்கள் நடக்கும். அறிமுகமற்ற இளைஞர்கள் கேட்ட கேள்விகளுக்குப் பல்வேறு வேலைகளுக்கிடையிலும், உடல் உபாதைகளுக்கு இடையிலும் பலவகைகளில் ஒத்துழைப்பு நல்கிய பேராசிரியர் தொ.பரமசிவன் அவர்களுக்கு நன்றியைக் கூறுவது கடமையாகாது.

அந்தவகையில், இந்த நேர்காணலுக்குப் பல பணிச்சுமைக்கிடையில் சிறப்பானதொரு அணிந்துரையை அளித்த தோழர் பாமரனுக்கு நன்றியை உரித்தாக்குகின்றேன். நேர்காணலுக்குப் பல்வேறு வகைகளில் உதவிய தோழர்கள் கவிஞர் வெய்யில், பசுமை எழுத்தாளர் நக்கீரன், காஞ்சனை மணி மற்றும் தொ.ப.விடம் கேட்க வேண்டிய கேள்விகளில் கொள்ள வேண்டியவைகள், எடுக்க வேண்டியவைகள் குறித்து பல ஆலோசனைகளை அளித்த தோழர் லிங்கராஜா வெங்கடேசுக்கும், சங்க இலக்கியத்தில் பொருள்முதவாதம் குறித்த கேள்விகளை எழுப்பத் தூண்டிய தோழர் அருண் நெடுஞ்செழியனுக்கும், தொ.ப.வுடனான அறிமுகத்தை ஏற்படுத்தித் தந்த தோழரும் கவிஞருமான வே.ராமசாமிக்கும், பல்வேறு வகைகளில் எங்களுக்கு உதவி செய்த தொ.ப.வின் நெருங்கிய நண்பரான ப.கண்ணன், நேர்காணல் செய்த நாட்களில் உடன் வந்திருந்து ஒத்துழைத்த ஆசிரியர் ஆவுடையப்பன், எங்களைவிடப் பல மடங்கு கடினமான பணியான எழுத்தாக்கத்தை முழுமைப்படுத்தித் தந்த சித்திரைவீதிக்காரன், கடைசி நேரத்தில் விரைவாகப் பிழைதிருத்தம் பார்த்துக் கொடுத்த என் அணுக்கத் தோழர் கா.ரு.ராசேந்திரன் என அனைவருக்கும் மனம் நிறைந்த நன்றி என்றும் உரித்தானது. எல்லாவற்றுக்கும் மேலாக நேர்காணல் முழுமைபெற தோளோடு தோள் நின்ற தோழர் தயாளனுக்கும் நன்றி சொல்வது கடமையாகாது.

இந்நேர்காணலைச் சிறந்த முறையில் நூல் வடிவமாக்கும் தடாகம் பதிப்பகத்திற்கும், நூலை வடிவமைத்த மெய்யருளுக்கும், சிறந்த முறையில் அட்டையை வடிவமைத்த ஓவியர் மணிவண்ணனுக்கும் மனம் நிறைந்த வாழ்த்துகளை தெரிவித்துக் கொள்கிறேன்.

தோழமையுடன்,

ஏ.சண்முகானந்தம்

04.04.2016, சென்னை.

shanmugam.wildlife@gmail.com

TVS TYRES

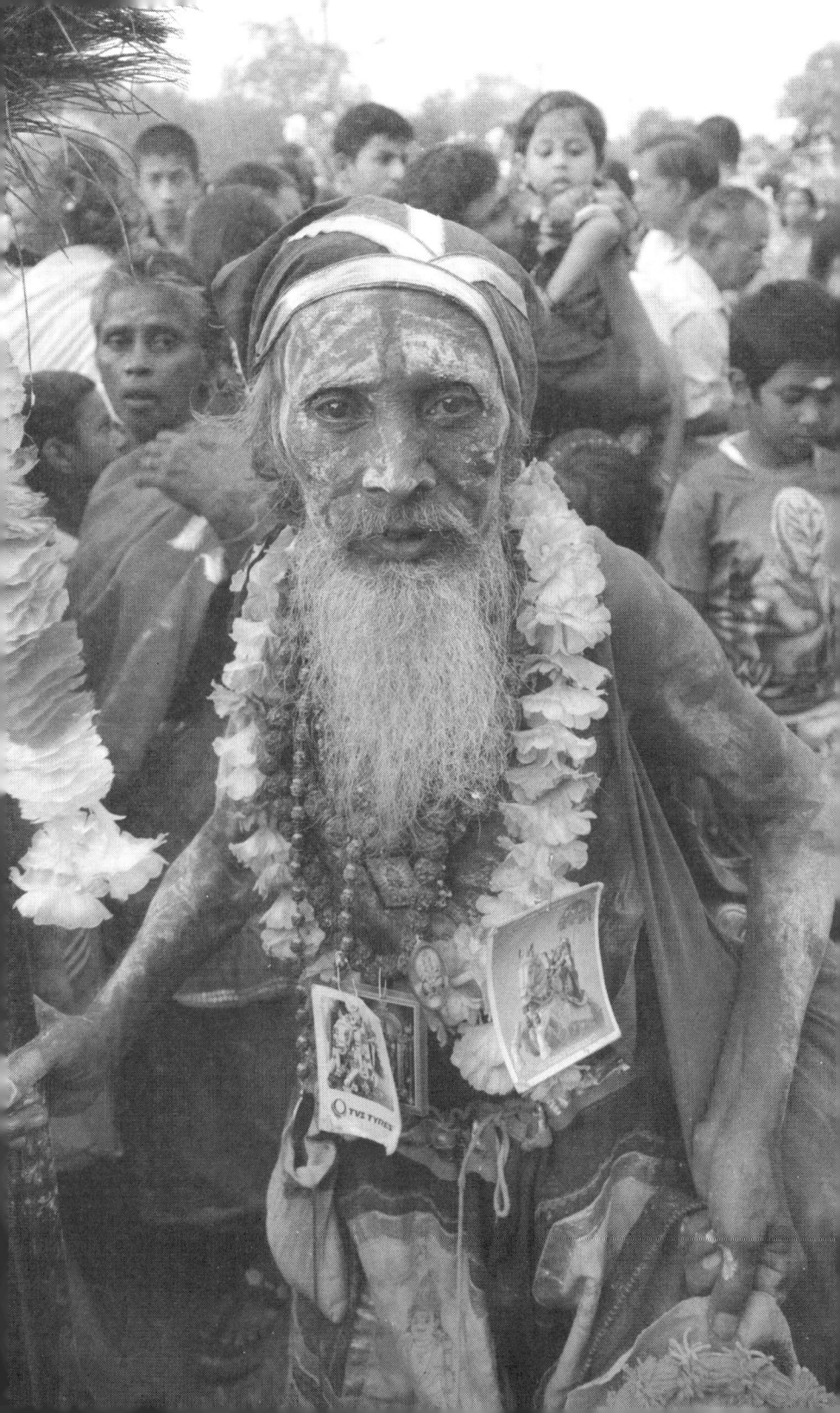

மானுட வாசிப்பு

பேராசிரியர் தொ.ப.வின் தெறிப்புகள்

பண்பாடு, கல்வி, அரசியல், நாட்டார் வழக்காற்றியல், ஆளுமைகள், சுற்றுச்சூழல், சித்தர்கள், பார்ப்பனியம், சமயம், மரபு, பெரியாரியல், சாதி என எந்தத் தளத்திலும் ஆற்றொழுக்குடன் தொ.ப.பேசும் அழகை நாள் கணக்கில் கேட்டுக் கொண்டிருக்கலாம். 2015ஆம் ஆண்டு மழைக்கால மாதமொன்றின் இறுதியில், அவரது வீட்டில் நான்கு நாட்கள் மாலை வேளையில் நடந்த நீண்ட உரையாடல்....

அரசியல்-சாதி-மதம்

சென்னை ஐ.ஐ.டி., வளாகத்தில் அம்பேத்கர் பெரியார் வாசகர் வட்டம் தொடர்பாகச் சமீபத்தில் ஒரு பிரச்சனை வந்தது. அம்பேத்கரை ஏற்றுக் கொள்கிற இந்துத்துவவாதிகள், பெரியாரை முற்றிலும் நிராகரிப்பதற்கான காரணம் என்ன?

அம்பேத்கர் பெரிய படிப்பாளி. இந்திய அரசியல் சட்டம் எழுதும் குழுவிலே தலைவராக இருந்த காரணத்தால்தான் அவரை இன்னமும் பார்ப்பனர்கள் ஒத்துக் கொள்கிறார்கள். ஆனால், பெரியாரைப் பொறுத்தமட்டிலே அவரை ஒரு சிந்தனையாளர் என்றே இவர்கள் ஒத்துக்கொள்ளத் தயாராக இல்லை. ஏனென்றால், இவர்கள் கட்டி எழுப்பியிருக்கிற பிம்பம் இருக்கிறதல்லவா? 'பிளாஸபர்ஸ் ஆஃப் இந்தியா'ன்னு சொன்னால் சங்கரர், மாத்துவர், இராமானுஜர் என்ற மூன்று பிராமணர்களைத் தவிர வேறு யாருக்கும், அந்தப் பலகையிலே இடம் கொடுக்கக்கூடாது என்பதில் தெளிவாக இருக்கிறார்கள்.

அவர்கள் பெரியாரை மட்டுமல்ல நீராஜ் சௌத்திரியை ஒத்துக் கொள்ள மாட்டார்கள். டி.பி. சட்டோபாத்தியாவை அறிஞர் என்று ஒத்துக் கொள்ளமாட்டார்கள், தர்மானந்த கோசாம்பியையும் அறிஞர் என்று ஒத்துக்கொள்ளமாட்டார்கள். ஏனென்றால் இவர்களுடைய கொள்கைக்கு எதிரானவர்கள். இவர்களின் கொள்கை என்பது, வேதத்தின் அத்தாரிட்டியை ஒத்துக்கொள்வது. இன்னொன்று சாதிய மேல்—கீழ் அடுக்கை ஒத்துக் கொள்வது. எனவே, இதை ஒத்துக்கொள்ளாத யாரையும் அவர்கள் ஒத்துக்கொள்ளத் தயாராக இல்லை. துறைத் தலைவர்கள் என்ற பெயரில் ஐ.ஐ.டி.யிலும் உண்மையான அதிகாரம் இவர்கள் கையிலேதான் இருக்கிறது.

கருப்பு நிறத்தை ஒடுக்கப்பட்ட மக்களின் விடுதலைக்கான குறியீடாகக் கருதலாமா? தந்தை பெரியார், ஒடுக்கப்பட்ட மக்களின் நிலையைச் சுட்டிக் காட்டவே கருப்புச் சட்டையை ஒரு குறியீடாக அணிந்தாரா?

கருப்பு என்பதே அதிகாரத்திற்கு வர முடியாத, அதிகாரத்தால் தீண்டப்படாத நிறம் என்பதுதான். நான் 'கருப்பு' என்றொரு கட்டுரை எழுதியிருக்கிறேன். தொடர்ந்து வந்த ஆட்சிகளில் ஆட்சியாளர்கள் எல்லாம் வேறு நிறத்திலே இருந்தாங்க. ஆனால் சோழர்களெல்லாம்

சிவப்பா இருந்தாங்கன்னு நான் நினைக்கல. கருப்பின் கண் மிக்குள்ளது அழகுன்னு தமிழ்ல சொல்லி வச்சுருக்கான். அதனால தீர்க்கமான வண்ணம் கருப்பு. Raymonds துணிக் கடைகள்ல கருப்பு நிறங்கள்லதான் சிலை செய்து உடை போட்டிருப்பான், அதப்பாக்கணும்.

கருப்பின மக்கள் அதிகமாக வாழுகிற ஆப்பிரிக்க நாடுகளில் வெள்ளையர்கள் வருகைக்குப் பின்னரே வளர்ச்சி ஏற்பட்டதாகக் கூறுவது பற்றி?

கார்ப்பரேட் நிறுவனங்களின் நிழல் படாத, சாயல்படாத பழங்குடி மக்கள் இன்னமும் சுதந்திரமாகவும், உற்பத்தியிலே தன்னிறைவாகவும்தானே வாழ்றாங்க. அவங்கள என்ன பண்றது? கடல்ல அமுக்கிற முடியுமா? எனவே இந்த அளவுகோலே தப்பு. நமக்கு சின்ன வயசில கத்துக் கொடுத்தாங்க. விஞ்ஞானம் என்பது சாதி, இன, மத, நாடுகளைக் கடந்ததுன்னு சொல்லிக் கொடுத்தாங்க. நாம அப்படி நினைக்கல. விஞ்ஞானம் என்பது சுரண்டல் தன்மை உடையது. அது ஐரோப்பிய சுரண்டல் தன்மையை உடையது. அது அமெரிக்க சுரண்டல் தன்மையை உடையதுன்னு நாம நினைக் கிறோம்.

திராவிடம் என்ற சொல்லாடல் சங்க இலக்கியப் பாடல்களில் பதிவு பெற்றுள்ளதா? முதன் முதலில் திராவிடம் என்ற சொல் யாரால் எப்போது பயன்படுத்தப்படுகிறது?

இல்ல. 13ஆம் நூற்றாண்டுல பார்ப்பனர்கள்தான் அதைப் பதிவு பண்ணியிருக்காங்க. நான் அதையும் எழுதியிருக்கேன்.

ஆதிசங்கரர் திராவிட சிசுன்னு ஒரு சொல்லைப் பயன்படுத்துகிறாரே?

ஆதிசங்கரர் வடமொழில 'கனகராரா ஸ்தோத்திரம்' எல்லாம் எழுதுனாரு. அவர் ஒரு மலையாளி, ஞானசம்பந்தர் தமிழன் அப்படிங்கிறதுனால திராவிட சிசுன்னு சொல்றார்.

சைவம் நிலவுடமை சார்ந்து வளர்ந்த மதம், வைணவம் அரசு மதிப்பைக் குறைவாகப் பெற்ற மதம் என எதன் அடிப்படையில் குறிப்பிடுகிறீர்கள்? அதற்கான காரணம் என்ன?

கல்வெட்டுக்களின் அடிப்படையில். சைவம் நிலவுடமைச் சார்ந்த மதங்கிறது சைவ இலக்கியங்கள், சைவ மடங்கள் சார்ந்தே தெரியும். நெல்லை மாவட்டத்துலேயே சைவ மடங்களுக்கு எவ்வளவு இடம் இருக்குனு தெரியாது. எவ்வளவு சொத்து இருக்குன்னு தெரியாது. குன்றக்குடி எங்க இருக்குன்னே திருநெல்வேலில பாதிப் பேருக்குத் தெரியாது, போனது இல்ல. ஆனா குன்றக்குடி மடத்துக்குத் திருநெல்வேலில சொத்து இருக்கு. களக்காட்டுல அவங்களுக்கு சொத்து இருக்கு. தமிழ்நாடு சைவம் இன்னமும் நஞ்சை நிலங்களை கையில வைத்திருக்கக் கூடிய மதம்தான். வைணவத்துல அப்படியில்ல.

வைணவர்களும் அப்படியில்ல. ஏன்னா தொடக்கத்துல இருந்து எண்ணிக்கை குறைவா இருக்கிறதால இந்த நிலை.

தமிழகத்தில் சாதிகளின் தோற்றம் எந்த அடிப்படையில் உருவாச்சு?

ஜாதி என்ற சொல் தமிழ்ச்சொல் இல்லை. திராவிட மொழில 'ஜா'ங்கிற சொல்லுக்கு வேர்ச் சொல் தமிழ்ல கிடையாது. 'ஜா'ங்கிற வேர்ச் சொல்லுக்கு பிறப்புன்னு அர்த்தம். சாதி பற்றி தொல்காப்பியத்துல ஒரு இடத்துல வர்றது இடைச்செருகல்னு நினைக்கிறேன். 'உயிர் வாழ் சாதி'ன்னு பறவைகளைச் சொல்றாங்க. பிரிவுன்னு இருந்துருக்கணும். குலங்கள் இருந்திருக்கின்றன. குடிகள் இருந்திருக்கின்றன. ஆனா பக்தி இயக்கத்தோட எழுச்சிக்கு அப்புறம் தான் சாதிகள் தலைதூக்கியிருக்கின்றன என்று நினைக்கிறேன்.

குலங்கள், குடிகள் எந்த அடிப்படையில் தோன்றியது?

அதைப்பற்றி நாம இன்னும் நிறைய ஆய்வு பண்ண வேண்டியிருக்கு. குலங்கள் தங்களுக்கென்று தனித்த தெய்வங்களை உடையவை. பத்ரகாளிபோல ஒரு குறிப்பிட்ட சாதிக்கே உரிய தொல் திராவிட தெய்வங்கள் இருந்திருக்கின்றன. குடிகள் என்பது அதற்குக் கீழாக உள்ள சிறிய அளவிலான மக்கள் தொகுதி.

வலங்கை இடங்கை சாதியப் பிரிவுகள் தமிழ் மரபில் நிலை கொள்ளாமைக்குக் காரணம் என்ன?

வலங்கை—இடங்கைன்றது 19ஆம் நூற்றாண்டுல வெள்ளைக் காரன் எழுதிவச்சு பெரிசுபடுத்திட்டாங்க. சென்னையிலதான் அது அதிகமாயிருந்துச்சு. இடங்கை சாதிகள்லாம் விவசாயம் சார்ந்த சாதிகளாகவும், வலங்கை சாதிகளெல்லாம் சேவை சாதிகளாகவும் இருந்தன என்பதுதான். சேவை சாதிகள், தொழில் சாதிகள் என்பது அந்தப் பிரிவு.

தமிழ் மரபில் வர்ணாசிரமம் நிலைகொள்ளாமல் போனதற்கான காரணம் என்ன?

இல்லைங்கிறது உண்மையே தவிர, அத யாரும் எதிர்த்து நிலை கொள்ளாம போச்சுனு சொல்றதுக்கில்ல. எழுத்திலதான் அது இருக்கே தவிர, அது வாழ்நிலைல ஒரு போதும் இல்ல. எழுத்துலதான் நான்கு வர்ணம்னு இருக்கு. நடைமுறைல சாதிகள்தான் இருந்தன. வர்ண பேதம் இல்லை. இங்க பழைய அளவுகோலுக்கு ஏற்றாற்போல இவன் சத்திரிய சாதி, இவன் வைசிய சாதின்னு பிரிச்சுக்கிட்டாங்க. அவ்வளவுதான். வர்ணாசிரமம் ஏதும் இங்கில்லை.

தமிழகத்தில் அடிமை முறை இருந்ததா? இருந்தது என்றால் இருந்த கால கட்டம் எது? அடிமை முறைக்கான தோற்றுவாய் எது? எப்படி இருந்துச்சு?

இருந்தது. 'தமிழகத்தில் அடிமை முறை' என்ற தலைப்பில் ஆ.சிவசுப்ரமணியன் ஒரு புத்தகம் எழுதியிருக்கார். தமிழகத்தில் அடிமை முறை இருந்துச்சு. நிலத் தொழிலாளர்களை அடிமை செய்திருக்கிறார்கள். சமீபத்தில கூட சிவசுப்ரமணியனோட ஒரு கட்டுரை படிச்சேன். 18ஆம் நூற்றாண்டுல ஓலைப்படிவங்கள எடுத்திருக்காங்க. அடிமைகள் இருந்திருக்கிறார்கள். கோயில்ல இருந்து தான் தொடங்குது. பணியாளர்களை அடிமைகளா விலைக்கு வாங்கி கோயில் பணிக்கு அமர்த்திருக்காங்க. மாணிக்கமும் Slavery in tamil country அப்படின்னு ஒரு புத்தகம் எழுதியிருக்கார்.

பறை முற்றி பள்ளு ஆச்சு, பள்ளு முற்றி பள்ளியாச்சு, பள்ளி முற்றி முதலியாச்சு. முதலி முற்றி பிள்ளையாச்சு என தமிழகத்தின் சாதிகளைப் பற்றிய சொல்லாடல் எதைக் குறிக்கிறது?

குறிப்பிட்ட சாதியினர் இந்த ஊர்ல இருக்காங்க. 50 குடும்பம் சென்னைக்குக் குடிபெயர்ந்து அங்க சாதி அடையாளத்த மாற்றிச் சொன்னால் அதானே உண்மை. இரண்டு தலைமுறை ஆச்சுன்னா அது நிலைபெற்றுவிட்ட உண்மை அல்லவா! அப்படி நிறைய ஆயிருக்கு. சில சாதிகளோட பூர்வீகத்த சடங்குகள்ல இருந்து கண்டுபிடிச்சுரலாம். Sanskritation அப்படிங்கிறது, அதிகாரத்தை நோக்கிய நகர்வு. மேல் நோக்கிய நகர்வு. எல்லா சாதிகளிலும் இருந்திருக்கு.

தமிழர் சமயம்னு எதையாவது சொல்ல முடியுமா?

ஏன் இருக்கணும்? உங்களுடைய அளவுகோலே சிக்கலாயிருக்கு. தமிழர் சமயம்னு ஒன்று இருந்தாகனுமா? தமிழன் சாமி கும்பிட்டானான்னு கேளுங்க? நியாயமான கேள்வி. இயற்கை கலந்த தெய்வத்த நம்புனானான்னு கேளுங்க? சமயம் இருக்கணும்னு என்ன அவசியம். இன்னும் சொல்லப்போனா கடவுள்ங்கிற வார்த்தையோ, இறைவன்ற வார்த்தையோ இல்ல. தெய்வங்கிறதுதான் பழைய வார்த்தை. நாட்டார் தெய்வங்கள்னுதான் சொல்றோம். நாட்டார் கடவுள்னு சொல்லக் கூடாது.

பார்ப்பனர்களுக்கு விளை நிலங்கள் சொந்தமாக இருந்தாலும், அவர்கள் விளைநிலங்களில் காலை வைப்பது கிடையாது ஏன்?

பிராமணர்கள் என்னல்லாம் செய்ய மாட்டேங்குறாங்கன்னு நீங்க பாத்தீங்கன்னா தெரியும். பிராமணர்கள் பனங்கிழங்கு சாப்பிட மாட்டாங்க. பிராமண வீடுகளுக்குள்ள இன்னமும் பனங்கிழங்கு போகலைங்க. பனங்கிழங்கு ருசியை ஆண்கள் வேண்டுமானால் அறிந்திருக்கலாம். பெண்கள் அறிந்திருக்க மாட்டார்கள். பூமிக்குக் கீழே விளையிறதெல்லாம் சூத்திரர்களுக்கும், பன்றிகளுக்கும் உரியது. அது மட்டுமல்ல. சங்கராந்திதான் கொண்டாடுவார்களே

தவிர, அவர்கள் பொங்கல் கொண்டாட மாட்டார்கள். பொங்கல் திருவிழாவிலே அவ்வளவு கிழங்குகளும் படைக்கப்படுது. கிழங்குகள் சாப்பிடாத ஜாதி அவங்க, ஏன்னா கிழங்குகள் எல்லாம் பூமிக்குக் கீழே விளையுதே. சர்க்கரைவள்ளிக் கிழங்கா இருந்தாலும் சரிதான், அவர்கள் சாப்பிட மாட்டார்கள். ஆனால், உருளைக்கிழங்கு சாப்பிடுவார்கள். ஏன்னா அது அதிகாரத்தோடு வந்தது. கோயில் மடப்பள்ளிகளில் இன்னும் உருளைக்கிழங்கும் போகல. வெங்காயமும் போகல.

சூத்திரர்களுக்கு உரியதை அவர்கள் சாப்பிடமாட்டார்கள் என்பது எப்போது வந்தது?

இந்து சாம்ராஜ்யத்துடைய தொடர்ச்சியாக, விஜயநகர மன்னர்கள் வந்த போதுதான் இந்தக் கூத்தெல்லாம் நடந்தது. காபி வருகிறது. வெள்ளைக்காரன் கொண்டு வர்றான். காபிக்கு என்ன இனிப்பு சேக்குறதுன்னா, கருப்பட்டி சேர்க்க மாட்டாங்க. பிராமணர்கள் சீனிக்காப்பிய அறிமுகப்படுத்தினாங்க. கீழ்ச் சாதிக்காரர்கள் தொட்டு, கருப்பட்டி காய்ச்சுறாங்க அதனால கருப்பட்டி எடுக்க மாட்டார்கள். பிராமண வீடுகள்ல கருப்பட்டிப் பயன்பாடு மருந்துக்குத்தான் இருக்கும். சர்க்கரைப் பயன்பாடுதான் இருக்கும். கோயில் மடப்பள்ளிகளில் இல்லாத பொருள்களை எல்லாம் நீங்களே யோசிச்சுப் பாருங்க தெரியும்.

ஆசிவகம்தான் தமிழர்களோட மதம், சமணம்தான் தமிழர்களோட மதம் அத பார்ப்பனர்கள் வந்து அழிச்சுட்டாங்கன்னு சொல்றாங்க. மதம் என்றால் நிறுவனமான மதத்தை மட்டும் சொல்வதா அல்லது அதைத் தாண்டி நிறுவனமில்லாத நாட்டார் தெய்வங்களையும் அதில் சேர்க்கலாமா?

இன்னமும் 90 விழுக்காடு மக்கள் நிறுவன மதத்துக்கு உள்ள இல்லையே. அங்கயும் இங்கயும் ஊசலாட்டம் உடையவங்க சில பேரு உண்டு. 90 விழுக்காடு மக்கள் சைவத்துலயும் இல்லாதவங்க, வைணவத்துலயும் இல்லாதவங்க. எட்டிப் பார்த்த மாதிரி சில பேர் அங்கயும் போயிட்டு வர்றது உண்டு. இன்னும் சில ஒழுக்கங்கள வச்சுருக்கான் அவ்வளவுதான். செத்த வீட்டுக்குப் போனா சாப்பிட மாட்டாங்க சிலபேரு. வந்து குளிச்சுட்டுதான், திருமண் வச்சுட்டுதான் சாப்பிடுவாங்க. எங்கம்மாலாம் தெருவுல பிணம் கிடந்துச்சுன்னா தூக்கிட்டு போற வரைக்கும் சாப்பிட மாட்டாங்க. சொந்தமே இல்லாத வீடா இருந்தாலும் சரிதான். ஆனா எங்கள சாப்பிடச் சொல்லிருவாங்க.

கோயில் சார்ந்த அதிகாரம் நிலவும் போது கோயிலுக்கும், சமூகத்துக்குமான உறவு முறை எப்படி இருந்தது?

பல சமயங்கள்ல கோயில் சார்ந்த அதிகாரத்தை மக்கள் ஏற்றுக் கொண்டிருக்கிறார்கள். சில நேரங்களிலே கோயிலோடு முரண்பட்டிருக்கிறார்கள். மகேந்திர சதுர்வேதி மங்கலத்துக்

கல்வெட்டுக்களை வைத்து இன்குலாப் ஒரு கவிதை எழுதியிருக்கிறார். கோயில்ல நெருப்பக் கொளுத்தி இருக்கானே. ‘அலைவாய் கரையில்’ நாவல் படிச்சுருப்பீங்க. சர்ச்சுக்கும் கிறிஸ்தவர்களுக்கும் இடையில முரண்பாடு வருதுல்ல. திரும்பத் திரும்ப நீ என்ன கொடுமைப்படுத்தினேன்னா, நான் கிறித்துவத்த விட்டு வெளிய போயிருவேன்னு சொல்றான். நான் கிருதவனா இருக்க போயிதான உனக்குத் துவி கொடுக்கணும், போறேன்னுட்டான். நானூறு வருசமாதான் கிறிஸ்தவர்கள். 1530இல் இருந்து கிறிஸ்துவன். அங்க பிஷப்பும் அவங்க சாதிக்காரன்தான். அவங்க ஊர்க்காரன். பரவன் பதிதன் ஆக மாட்டான். அதாவது கிறிஸ்துவத்த விட்டுப் போய் பாவி ஆகமாட்டான்னாங்க. ஆனால், அவர்கள் அதை விட்டு போய் ஒரு பிள்ளையார் கோயிலைக் கட்டிக்கொண்டார்கள் ஆர்.எஸ்.எஸ் உதவியோடு. ஊர்ல நான் கல்லூரியில படிக்கிறப்ப இடிந்தகரைல அப்படி ஒரு போராட்டம் நடந்தது. சர்ச்சா வயிறான்னு வர்றப்ப வயிறுதான் ஜெயிச்சது. சர்ச் தோற்றது. அதுதான் எல்லா மதத்துக்கும் பொருந்தும். கோயிலுக்கு எவனாவது குத்தகை ஒழுங்கா கொடுக்குறானா? கோயில் கடைக்கு வாடகை கொடுக்குறானா?

சமண மதம் வேரூன்றாம போனதற்கான காரணம் என்ன?

அளவுக்கு மீறிய துறவும், ஒழுக்கமும்தான். தனிமனித ஒழுக்கத்தை அளவுக்கு மீறிக் கொண்டு வந்தாங்க. உணவு விசயத்துல அடிக்கடி பட்டினி கிட, பட்டினி கிடன்னு சொன்ன மதம் அது. பாவத்துக்கு நிவாரணமே பட்டினி கிடக்குறதுன்னு சொன்ன மதம் அது. மேலும் தீவிரமான நிர்வாணக் கோட்பாடு, இதுபோன்ற சில காரணங்களால அந்த மதம் அழிஞ்சது.

விவசாயத்துக்கு எதிரா அந்த மதம் இருந்ததாச் சொல்லலாமா?

விவசாயத்துக்கு எதிரா அவங்க இல்ல. சமணத் துறவிகளே குளம் வெட்டியிருக்காங்க. நிறைய சேவை பண்ணியிருக்காங்க. குளம் வெட்டி அந்த வைகாவூர் திருமலைல ஒரு கல்வெட்டுப் பாட்டே உண்டு. ராஜராஜன் காலத்துல பாட்லயே கல்வெட்டு இருக்கு.

அலைபுரியும் புனற்பொன்னி ஆறுடைய சோழன்
அருமொழிக்கு யாண்டு இருபத்தொன்றாவ தென்றுங்
கலைபுரியு மதிநிபுணன் வெண்கிழான் கணிச் செக்
கர மருபொற் சூரியன்றன் நாமத்தால் வாம
நிலைநிற்குங் கலிஞ்சிட்டு நிமிர்வைகை மலைக்கு
நீடூழி இருமங்கும் நெல்விளையக் கண்டோன்

கொலைபுரியும் படைஅரைசர் கொண்டாடும் பாதன்

குணவீர மாமுனிவன் குளிர்வைக்கக் கோவேய்.

(வடஆர்க்காடு மாவட்டம், வந்தவாசி தாலுகா, வாயலூர். இவ்வூர் ஏரிக் கரைமேல் உள்ள கல்லில் எழுதப்பட்டுள்ள செய்யுட்கள்) இப்படி ஒரு கல்வெட்டு இருக்கு. சமணத் துறவிகளே குளம் வெட்டியிருக்கான்.

சமணத்தில் அழகுணர்ச்சி குறைவாக இருந்ததால், பெண்களிடம் செல்வாக்கில்லாம போனதும் ஒரு காரணமா?

நிர்வாணத்த தமிழ் பெண்களால ஏத்துக்கவே முடியல. நிர்வாணமாத்தான் வருவேன். ஆனா, பிச்சைக்கு வரும் போது பெண்தான் பிச்சை கொடுக்கணும் அப்படிங்கிறான். கூடுமான வரை இரண்டு ஆம்பிளைகள் குறுக்க வேட்டியப் பிடிச்சுட்டு வந்தாங்க. அப்பவும் பெண்களால தாக்குப் பிடிக்க முடியல. மதம் காலியாயிட்டுது.

ஆதிசங்கரரின் சன்மார்க்கத்தின் தோற்றம் எதன் அடிப்படையில் உருவானது? ஆறு மதங்கள இணைச்சதா சொல்றாங்களே?

சன்மார்க்கம் வேற, நீங்க சொல்றது ஷன்மத மார்க்கம். அவரு இணைக்கவும் இல்லை. ஒண்ணு ஆக்கவும் இல்ல. காஞ்சி சங்கராச் சாரியார் விட்ட கதை அது. அவரு ஆரிய மயப்படுத்த பார்த்தாரு. பல கோயில்கள்ல ஆதிசங்கரர் ஸ்ரீசக்கர பிரதிஷ்டை பண்ணாரு அப்படிம்பான். அப்படின்னா என்னா அர்த்தம்? நாட்டார் தெய்வ கோயில புடுங்கி பார்ப்பனர் கையில் கொடுத்தார்ன்னு அர்த்தம்.

நல்ல உதாரணம் திருவானைக்காவல். அந்தந்தக் கோயிலுக்குத்தான் சங்கராச்சாரியார் போவாரு. ஸ்ரீசக்கர பிரதிஷ்டை தாடங்கம் செய்து கொடுத்தார். திருவானைக்கால் அகிலாண்டேஸ்வரி கோவில மத்த மக்கள்கிட்ட இருந்து பிடுங்கி பிராமணன் கையில் கொடுத்திட்டாரு. ஸ்ரீசக்கர பிரதிஷ்டைங்கிறது ஒரு நம்பகத்தன்மையற்றது. ஷன்மதங் கிறதே ஒரு நம்பகத் தன்மையற்றது. இதை எல்லாம் புனிதமாகக் காட்டிட்டாங்க. என்ன நாம கண்விழிச்சு எழுத்துல வாசிக்கிறபோது கல்கி, கல்கண்டு, குமுதம், மஞ்சரி இருந்துச்சு. நம்ம கண்ண குருடாக்கிட்டாங்க. 'தெய்வத்தின் குரல்'ன்னு ஒரு குண்டப் போட்டாங்க. இப்ப எங்கடா தெய்வம் இருக்கு. தெய்வம் ஏன்டா சாகுது. தெய்வத்த ஏன்டா மண்ணுக்குள்ள போட்டு மூடுனீங்க. இன்னம் அந்த பழைய சங்கராச் சாரியார் கோவணம் கட்ன படத்தப் போட்டு தீபாவளி மலர் போடாம இவனுகளுக்குப் பொழுது விடியாதே.

வள்ளலாரின் சன்மார்க்கம்கிறது வேறயா?

சன்மார்க்கம்னா அருள் நிறைந்த மதம்னு அர்த்தம். வள்ளலார் ஜீவகாருண்ய கோட்பாட்டில் ரொம்பத் தீவிரமா இருந்தாரு. அவரோட உயிர் இரக்கக் கோட்பாடு எதுவரைக்கும் போச்சுன்னா, 'வாடிய பயிரைக் கண்ட போதெல்லாம் வாடினேன்.' ஷன்மதங்கிறது நம்பகத் தன்மையற்றது. ஆனந்த விகடன், குமுதம், கலைமகள் தீபாவளி மலர்ல பண்ண ஏமாத்து வேலை. பார்த்தாலே பொசு பொசுன்னு வரும் எனக்கு. அந்தக் காலத்துல அதுலதான் நிறைய படம் போடுவான். நான் நாலாங்கிளாஸ், அஞ்சாங்கிளாஸ் படிக்கிறப்பவே வாசிக்கத் தொடங்கிட்டேன்.

ஆதிசங்கரர் எவ்வாறு மதங்களைக் கொண்டு வந்தார்?

இல்லங்க. வேதத்தோட புனிதத்தைக் கொண்டாடுனாரு. வேதம் மனுசன மேல் கீழ்னுச்சு. சும்மா கட்டி எழுப்புன பிம்பம்தான். 50 வருடத்துக்கு முந்தி பிளாக் அண்ட் வொயிட் மீடியா செஞ்ச வேல. இந்து மதம்னே ஒரு மதம் கிடையாது. ஷன்மதம்னு ஒண்ணு கிடையாது. பார்ப்பான் ஆகம வழிபாட்டுப்படி, ஆகமம் இல்லாம இவன் இஷ்டப்படி கும்பிட்டுக்கிட்டுருந்தான்.

கௌமாரம் தமிழர் மதமாக முன்னிறுத்தப்படுவதற்கான காரணம் என்ன?

யாரு சீமான் சொன்னாரா? 'வீரத் தமிழர் முன்னணி'ன்னு ஒன்னு வச்சுக்கிட்டு ஏதோ பண்ணிக்கிட்டு இருக்காரே அத கேட்கிறீங்களா? கௌமாரம் மதம் இல்ல. முருக வழிபாடாக இருந்துச்சு. திருமுருகன்னு ஒரு புத்தகம் வந்துருக்கு, அதுலயும் நிறைய தப்புத் தப்பாத்தான் இருக்கு. Muruga kanthas in tamil content—*ன்னு ஒரு புத்தகம் பெட்லோத்தின்னு வெள்ளைக்காரன் எழுதியிருக்கார். அவர் என் நண்பர்தான்.*

ஆனாலும் நான் இன்னும் அந்தப் புத்தகத்தைப் படிக்கல. முருக வழிபாடு பழைய திராவிட வழிபாடு. திராவிடர்களோட தெய்வம் முருகன். ஆனா இதை வைத்துக் கொண்டு 'வீரத் தமிழர் முன்னணி'ன்னு ஒன்றைக் கட்டியிருக்காராம் சீமான்.

அவர் என் மாணவர்தான். இங்கல்லாம் அப்பப்ப வந்துக்கிட்டு இருந்தார். கட்சி ஆரம்பிக்காதீங்கன்னு சொன்னேன். இப்ப வர மாட்டார்.

காணாபாத்தியம் என்றழைக்கப்படுகிற மதம் எங்கு உருவானது? எந்தக் கடவுளை முன்னிறுத்திக் காணாபாத்தியம் தோன்றியது? தமிழகத்தில் வழிபாட்டு முறைக்கு வந்துள்ளதா?

ஆறாம் நூற்றாண்டு. இன்னும் சொல்லப் போனா கணபதி வந்து விக்னேஸ்வரர். விக்கிரகங்கள உருவாக்குறவனே தவிர, விக்கிரகங்கள

போக்குறவன் அல்ல. G.S. Ghurye, Gods and Men (https://en.wikipedia.org/wiki/G._S._Ghurye) அப்படின்னு ஒரு புத்தகம் எழுதியிருக்கார். கணபதி விக்கிரகங்களை உருவாக்கக் கூடியவர்.

தயவு செய்து ஒண்ணும் செய்துறாதப்பா அப்படின்னு அவரக் கும்பிட்டுத் தொடங்குறது. கணபதி வழிபாடுதான் காணாபாத்தியம். அப்புறம்தான் அவர் விக்கிரகங்கள நீக்குகிற கடவுளாயிட்டார். இங்க 'ஆண்டிச்சி பாறை'ன்ற ஒரு எட்டாம் நூற்றாண்டைச் சார்ந்த குடைவரைக் கோயில் இருக்கு. துவார பாலகருக்குப் பதிலா ஒரு பக்கம் மூதேவி, ஒரு பக்கம் பிள்ளையார். அவ்வளவுதான் அவன் ஸ்டேட்டஸ். ஆன்மிக உலகத்துல அப்புறம்தான் பெரியாளா ஆக்கிட்டாங்க.

வட இந்தியா முழுக்கப் பிள்ளையார் சதுர்த்தி கொண்டாடுறாங்க. வடநாட்டுப் பிள்ளையார் சதுர்த்திக்கும், தென்னாட்டுப் பிள்ளையார் சதுர்த்திக்கும் ஏதாவது வித்தியாசம் இருக்கணும்ல. இங்க இருக்கிறது கல்லுப் பிள்ளையார். அவரு கரைக்கிற பிள்ளையார். பிள்ளையார கும்பிடலாம், கூட இருக்க முடியாதுன்பான் அவன். ஆனா, இங்க கூட வச்சுக்கலாம். வீட்லயே பிள்ளையார் மாடம் வச்சுக்கலாம். அது ஒரு வகையான வழிபாட்டு நெறி. அவ்வளவுதான்.

பூனா ஏரியாவுல இருக்கிற சித்பவன பிராமணர்களோட தெய்வம்தான் அது. சித்பவன பிராமணர்கள் வெறிபிடிச்ச இந்துக்கள். திலகர் அதுல இருந்து வந்தவர். அதக் கொண்டு இந்தியா முழுக்க காங்கிரஸ் வளர்ந்துச்சு. பிள்ளையார் எங்க ஊர்லயும் உண்டு. எங்க பிள்ளையார் எங்களோடது. உங்க பிள்ளையார் உங்களோடது. எங்க பிள்ளையாரக் கரைக்கவே முடியாது. ஏன்னா அவர் கல்லுப் பிள்ளையார்.

தேசிக விநாயகர் என்றால்...?

தேசிகம்னா வியாபாரம். வியாபாரிகள் மூலமாத்தான் அந்த cult தமிழ்நாட்டுக்குள் வருது. பிள்ளையார்ப்பட்டிலாம் வணிக பாதையில் (Trade Route) இருந்து தோன்றியது. தேசிக விநாயகர் அதான். இன்னைக்கு வியாபாரிகள்தான் பிள்ளையார ரொம்ப கொண்டாடுவாங்க. கணபதி ஹோமம் பண்ணனும்னுவான். இவனுக்கு கணபதியும் தெரியாது, ஹோமமும் தெரியாது. அது ஒரு fashion. மீடியா கெடுத்த கெடுதல்.

பொங்கலுக்கும், சங்கராந்திக்கும் என்ன வித்தியாசம்?

உத்ராயணம்பான். சூரியன் வடக்க நகர்ற காலத்த அவன் கொண்டாடுறான். லூனார் காலண்டர்க்காரன் (சூரிய கால அட்டவணை) சோலார் காலண்டரக் (சந்திர கால அட்டவணை) கொண்டாடுறான்.

சமணம், பௌத்தம் இவற்றுக்கு எதிரான பக்தி இயக்கம் (சைவம், வைணவம்), வணிகர்கள், வேளாளர்கள் எதிர்ப்புணர்வு இன்றைய தமிழ்ச் சமூகத்திலும் எதிரொலிக்கிறதா? எதிரொலிக்கிறது என்றால் அதற்கான பின்புலமும் காரணமும் என்ன?

சமணமும், பௌத்தமும் வணிகர்களாலே பாதுகாக்கப்பட்ட மதம். எனவே, சமண பௌத்த எதிர்ப்பு என்பது வணிகர்களோட எதிர்ப்பு. அந்த எதிர்ப்பு வந்து வேளாளர்களோட ஆதரவா மாறுது. சரண் சிங், இந்திரா காந்தி பாலிட்டிக்ஸ்ல, சரண் சிங் விவசாயிகளுக்கு ஆதரவா இருந்தார். இந்திரா காந்தி கார்பரேட் செக்டார்க்கு ஆதரவா இருந்தாங்க. முதலாளிக்கு ஆதரவா இருந்தாங்க. இந்த பாலிட்டிக்ஸ் 20—ஆம் நூற்றாண்டு வரை நீடிக்குது. சமணம், பௌத்தம் இரண்டுமே வியாபாரிகளோட மதம், Religion of the mercantails *அதனால வணிகப் பெருவழிகள்லதான் அது இருந்துச்சு. நிலபுலன்கள் இருக்கிற இடத்துல பெருங்கோயில்கள் இருக்கும். நெல்வேலில சிவன் கோயில் இருக்கும்.*

காலனி ஆட்சிக்குப் பிறகு வரக்கூடிய மதமாற்றம்

மீனாட்சிபுரம் Meenakshipuram after convertion *ஒரு புத்தகம் இரண்டையும்* Folk lore center*க்கு கொடுத்துட்டேன். ஒண்ணும் நடக்கல. அன்வர் பாலசிங்கம் நாவல்ல மதமாற்றத்தால ஒன்னும் நடக்கல அப்படின்றாரு. அவரு இஸ்லாமா கன்வெட் ஆன தலித். அப்புறம் அங்க போயி ஒன்னும் நடக்கலன்ன உடனே மதமாற்றம் ஒரு பிராடுனு நாவல் எழுதியிருக்கார். 'கருப்பாயி என்கிற நூர்ஜகான்' ஸ்கிரிப்டக் கொடுத்து புத்தகமாப் போடலாமான்னு லேனா குமார் கேட்டாரு. போடுய்யா நல்லா விக்கும்னு சொன்னேன். நல்லா வியாபாரமாச்சு.*

தெலுங்கு, கன்னட மக்களோட ஊடுருவல் எந்தக் காலத்துல அதிகமாச்சு?

13ஆம் நூற்றாண்டுக்குப் பிறகுதான். 1370இல் தெலுங்கு விஜயநகர மன்னர் வர்றான்ல அப்பதான் நடக்குது. ஊடுருவல்னு எல்லாம் சொல்ல முடியாது. அவங்க ஒப்பனாத்தான் வர்றாங்க. மகிழ்ச்சியான விசயம் என்னான்னா பள்ளு தொட்டு பன்னெண்டு சாதி அப்படிம்பான்ல, பிராமணன்ல இருந்து பறையர் வரை எல்லா சாதியும் Migrate *ஆகி இங்க வந்துச்சு. அதனால அது பெரிய சமூக சிக்கலா மாறவேயில்ல. அவன் வரலட்சுமி நோன்பு கொண்டாடிட்டுப் போவான், நாம கொண்டாடுறதுல்ல.*

தமிழ் மக்கள் இடம் பெயர்ந்தார்களா?

ஆகல. அவங்க தேவை காரணமா Migrate *ஆகி வந்தாங்க. வட மாவட்டத்துல இருந்து ரெட்டியார், தெலுங்கு பேசுற செட்டியாரு,*

பாளையங்கோட்டை பக்கத்துல ரெட்டியார்ப்பட்டினு ஒரு கிராமம் இருக்கு அதுவரைக்கும் அவங்க வந்தாங்க. எல்லா மாவட்டங்கள்லயும் அவங்க வந்தாங்க.

தமிழ் மக்கள் போகாததற்கான காரணம்?

அவனுக்குப் பொழப்பு இல்ல, வந்தாங்க. இவன் ஊர்ல இவனுக்குப் பொழப்பு இருந்துச்சு. அவங்க பொழைப்புக்காகத்தான் வந்தாங்க. வந்த இடத்துல அரசியல் அதிகாரம் கைக்கு கிடைச்சுப் போச்சு.

தமிழக ஆன்மீக வரலாற்றில் 19ஆம் நூற்றாண்டுல வள்ளலார் ஒரு கலகக் குரல் எழுப்பியிருக்கார். அது குறித்து?

எனக்கு வட மாவட்டங்களோட அதிகமா பரிச்சயம் கிடையாது. ஆனா, வள்ளலாரோட கலகக்குரல் சிதம்பரம் கோயில மைய மிட்டு அங்க மட்டும்தான் நடந்துச்சு. சிதம்பரம் தீட்சிதர்கள் வள்ள லாருக்கு எதிராக ஆறுமுக நாவலரை நிறுத்தினாங்களே தவிர, எதிர்க்கவில்லை.

ஆனாலும், வள்ளலார் நிற்பதற்குக் காரணம் அவர் பிறந்த சாதியினுடைய எண்ணிக்கை பலமும் பொருளாதார பலமும்தான். இல்லைன்னா வள்ளலார் நின்றிருக்க மாட்டார்.

'இந்து' என்கிற ஒற்றைச் சொல் உருவாக்கம் குறித்து...

இந்துவே தற்போது வரலாற்றில் பின்னால் வந்தது. அதாவது, 40, 50 வருசத்துக்குள்ள வந்தது. போஜ்புரி, மைதிலி, அர்த்தமாகதி போன்ற மொழிகளெல்லாம் இந்தியாவுல அழிக்கப்பட்டதுனு. வட இந்தியாக்காரனே நினைக்கிற காலமிது.

வட இந்தியாவுலேயே கமலாபதி திருபாதியோட காலமெல்லாம் முடிஞ்சு போச்சு. லாலுபிரசாத், முலாயம் சிங் காலம் இது. உத்திரப்பிரதேசத்துல பிராமணர்களைத் தவிர யாருமே முதலமைச்சர் நாற்காலியைக் கனவு கூட காணமுடியாத காலமிருந்தது. இன்னைக்கு அப்படி இல்ல. இந்தியா முழுக்கவே சீன் மாறிட்டுது. காட்சிகள் மாறிட்டுது. சமணம் முதல்ல வட நாட்டுல அவுட் டேட்டடு ஆகி இங்க வந்ததோ அதுபோல. பிஜேபி இங்க அவுட்டேட்டடு ஆகி, அங்கயும் ஆகும்.

குஜராத்தில் படேல் சமூகத்துடைய கலவரம் பின்னணி குறித்து?

ஒட்டு மொத்தமா எல்லாத்தையும் காலி பண்றது. தலைவர்கள் பெயர்ல போக்குவரத்துக்கழகம் வைக்கக் கூடாதுன்னு சொல்லி எல்லாப் பேரையும் காலி பண்ணாங்க. எல்லா மாவட்டத்துப் பேரையும் காலி பண்ணாங்க. பாவம், அதுல பெரியார் மாவட்டமும் காலியாயிருச்சு. இந்த மாதிரி எல்லாவற்றையும் காலியாக்குவதற்கு

பி.ஜே.பி. மறைமுகமா பண்ணக்கூடிய ஒட்டுமொத்தமா இட ஒதுக்கீட்ட காலி பண்றதுக்கான சூழ்ச்சின்னு நான் நினைக்குறேன்.

ராஜராஜன் மாதிரி பழைய ஆண்ட பரம்பரை ராஜாக்களுக்கு சாதி இருந்ததா?

தமிழ்ல 'சாதி கெட்டவன்'னு ஒரு வசவுச் சொல் உண்டு. ராஜாக்கள் எல்லோரும் சாதி கெட்டவர்கள்தான். ஏன்னா எல்லா சாதியிலயும் பெண் எடுத்துருக்கான். ராஜராஜனும் அப்படித்தான். அதிகாரப்பூர்வ மனைவிமாரே நாலு பேரு. கல்வெட்டுகளில் இருக்கு. வேளம் இருந்துருக்கு. வேளத்துப் பொண்டாட்டி வரகுணன் வைத்த திருவிளக்குனு சொல்றா. வேளம்னா (ஹாரம்) அந்தப்புரம். இதெல்லாம் நிக்காது. நாங்கதான்னு எல்லோரும் சொல்லிக்கலாம். ஒவ்வொரு மக்கள் தொகுதிக்கும் ஒவ்வொரு பகுதியில அரசியல் அதிகாரத்த வச்சுருக்கு.

சமயங்கள் தத்துவங்கள் சடங்குகள் ஒவ்வொரு இனக்குழுவுக்கும் ஏற்ப இருந்ததா?

அப்படித்தான் உருவாயிற்று நிலப்பரப்பு சார்ந்து. மாவிளக்கு எடுக்குற சடங்கு திணை விளைகிற சங்கரன் கோயில் பகுதியில்தான் இருக்க முடியும். சென்னையில இருக்க முடியுமா? திருநெல்வேலிக்காரங்க அங்கக் குடிபோனா இருக்கும். ஒரு ஐம்பது வீட்டுக்காரங்க அங்க குடிபோயி மாவிளக்கு எடுக்குற சடங்கை செஞ்சா அங்கேயிருக்கும். ஆபத்தில்லாத சடங்கு. செலவில்லாத சடங்கு.

மற்றபடி அது எங்க தொடங்கியிருக்கும்னா, திணை அதிகமா விளையிற சங்கரன் கோயில் பகுதியிலதான். அந்தக் கோயில்லதான் மாவிளக்கு எடுப்பாங்க. நெல்லையப்பர் கோயில்லயோ, திருச்செந்தூர் கோயில்லயோ கூட எடுக்க மாட்டாங்க. நிலத்துக்கு ஒரு முக்கியத்துவம் இருக்கு. ஆனா, பழையகாலம் அளவுக்கு இல்ல.

கோத்ரம் என்பது என்ன? வேதப் பார்ப்பனர்களுக்கு மட்டுமே கோத்திரம் உரித்தானது என்றால் அதன் வரலாற்றுப் பின்புலம் என்ன?

கோத்திரம்னாலே ஒரு அணியில் கட்டப்பட்ட பசுக்கள்னு அர்த்தம். தாய் வழிச் சமூகத்தோட எச்சப்பாடு. அத அவர்கள் வைத்திருக்கிறார்கள். தமிழ்ச் சமூகத்திடம் நிறைய சாதிகள் கிளை வைத்திருக்கிறார்கள் அல்லவா. அதுமாதிரி! அவன் கோத்திரமும், சூத்திரமும் வச்சுருக்கான். ஆனா, அவங்கதான் இப்ப கோத்திரம் மாறி கல்யாணம் பண்றாங்க. கொத்து, கூட்டம் போல. கோயம்புத்தூர் பக்கம் பார்த்தீங்கன்னா கவுண்ட்டர்ல அவ்வளவு கூட்டம் இருக்கு.

பாசுபதம், கபாலிகம் பற்றி...

சித்தாந்த சைவத்த இவங்க தமிழ்ச் சைவம்னு காட்ட முற்படுறாங்க. அப்பர் தொடங்கி வைக்குறார். சேக்கிழார் அதச் செய்றாரு. சைவத்தைத் தமிழ் வழக்கு அப்படிங்கிறார், சமணத்தை அயல் வழக்கு என்கிறார். சைவத்தை தமிழ் வழக்குன்னு சொல்லும்போது இதுதான் தமிழனோட மதம். அப்படி ஆனா அவரும், அவருக்கு பிறகு வந்த மெய்கண்டாரும்தான் அதை சூத்திரப்படுத்தினார்கள். ஆனாலும் சைவத்தினுடைய தொடக்கம் காஷ்மீர்தான். காஷ்மீர்ல இருந்து வந்ததுதான் சைவம். சித்தாந்த சைவத்தோட தோற்றத்தை பார்க்கிறதா இருந்தா காஷ்மீர்தான் போகணும்.

பார்ப்பனர்களின் தென் கலை, வடகலை பற்றி...

இராமானுஜர் பார்ப்பனர் அல்லாத மக்களை வைணவம் பிழைக்கணும்னு கூட்டிட்டு போனாரு. சில நெகிழ்வுகளை உண்டாக்கு னாரு. அவங்களையெல்லாம் தென்கலையா ஏற்றுக் கொண்டார் இராமனுஜர். அப்படியில்ல, வைணவம் பார்ப்பனர்களுடைய மதம் அப்படின்றவங்க வேதாந்த தேசிகர பின்பற்றுன வடகலை. அவங்க U நாமம் போடுவாங்க. இவங்க Y நாமம் போடுவாங்க.

அய்யங்கார்கிறவர்கள் யார்?

அய்யங்கார் என்பவர்கள்தான் வைணவர்கள். அவங்க பெரும்பாலும் இராமானுஜர் சித்தாந்தம். அவங்க அரக்கத்தனமா இருக்கமாட்டாங்க. கொஞ்சம் மனிதாபிமானத்தோடு இருப்பார்கள்.

தமிழ் பிராமணர்கள் என்பவர்கள் உண்டா?

யாருமே கிடையாது. எல்லாமே கற்பனைதான். தமிழ் பிராமணர் கள்னு யாருமே கிடையாது. அந்தணர் என்போர் அறவோர். அறவோரா இருக்கிற எல்லாரையும் பிராமணரா ஏத்துக்கலாம். ஆனா, எல்லாப் பிராமணரும் அறவோரா? புதுப்புது கற்பிதம் பழைய கற்பிதங்களச் சாக அடிக்கணும். அவங்க நினைக்கும்போது புதுவகையான கற்பிதங்கள தேவையில்லனு சொல்லலாம்.

பரதவர்கள் தொல்குடி மரபுன்னு சொல்றாங்களே?

பரதவர்கள் தொல்குடிகள்தான். சங்க இலக்கியங்கள்ல அவர்களுக்கு ஒரு தனி அரசு இருந்ததா குறிப்பு இருக்கு. 'தென்பரதவர் மிடல்சாய வடவடுகர் வாளோட்டினார்' (புறம் 378) அப்படின்னு ஒரு சங்கப்பாடல் இருக்கு. இன்னமும் தூத்துக்குடில அதோட எச்சப்பாடல்லாம் இருக்கு. அவங்களுக்குள்ள 'கடலரசன்'னு ஒருத்தர் இருக்கார். சாதிப் பஞ்சாயத்துத் தலைவர 'கடலரசன்'னு

சொல்றாங்க. அவங்ககிட்ட தொல்குடிச் சடங்குகள் நிறைய இருக்கு. தாய்மொழி சார்ந்த பிரியமும் ரொம்ப அதிகம்.

பரதவர் வைணவம் சார்ந்து இருந்திருக்கிறார்களா?

இங்கில்ல. வட மாவட்டத்துல திருக்கண்ணபுரத்துல பார்த்தேன். திருக்கண்ணபுரம் சவுரி ராஜபெருமாளை மாப்பிள்ளேன்னு சொல்லக் கூடியவங்க மீனவர்கள்தான். தென்பகுதி முழுக்க நூற்றுக்கு நூறு மீனவர்கள் கிறிஸ்துவர்கள்தான். கிழக்கே தூத்துக்குடியில இருந்து வேம்பாறு வரைக்கும். தமிழ்நாட்டினுடைய முதல் கிறித்துவக் குடிகள் அவங்கதான். 1530—கள்ல பிரான்சிஸ் சேவியர் காலத்துல மாறுனவங்க. இன்னும் அவங்க தொல் தமிழ்ச் சடங்குகளை எல்லாம் வச்சுருக்காங்க. 'வாசல் பதித்தல்' என்னும் சடங்கு மாதிரி பல சடங்குகளை வச்சிருக்காங்க. இன்னும் அவங்க மூதாதையர்களை பற்றிச் சொல்லும்போது 'பரவர் புராணம்'னு ஒன்னு வச்சுருக்காங்க. சிவபெருமான் வலைவீசி மீன்பிடித்த திருவிளையாடலோடு தங்களைத் தொடர்புபடுத்துகிறார்கள் பரதவர்கள். 'பரதவர் பாண்டிய வம்சத்தினரே'னு ஒரு புத்தகத்தை நான் பார்த்திருக்கேன். படிச்சதுல்ல, அவங்க தமிழ் Identity—க்குத்தான் முயற்சி பண்றாங்க.

கிறித்துவர்களா அவங்க மாறுவதற்கு முன்பு வழிபாட்டு முறை எப்படி இருந்தது?

அவர்கள் ஒரு சுறாக்கொம்பை நட்டு வழிபட்டுக் கொண்டிருந்தார்கள்னு சங்க இலக்கியத்துல

'சினைச் சுறவின்கோடு நட்டு, மனைச் சேர்த்திய வல்லணங்கினான்'

அப்படின்னு பட்டினப்பாலையிலேயே சுறாவின் கொம்பை நட்டு வழிபட்டதைச் சொல்றாங்க. தொடக்க கிறித்துவ மிஷனரிகள் இதை எழுதும்போது அவர்கள் ஒரு சுறாக் கொம்பை நட்டு வழி பட்டார்கள்னு எழுதுனாங்க. அதுதான் அவங்க வழிபாடு.

பண்பாடு

பண்பாடு குறித்து....

பண்பாடு என்பது பண்படுத்தப்பட்ட நடத்தை முறை. "பண்பெனப் படுவது பாடறிந்து ஒழுகுதல்" என்ற கலித்தொகை அடியிலிருந்துதான் பண்பாடு என்ற சொல் உருவானது. பண்பாட்டை எப்போது உணரமுடியுமென்றால் மீறப்படுகிற போதுதான் பண்பாட்டை உணர முடியும். யாரேனும் ஒரு இளைஞன் விலக்கப்பட்ட உறவிலே திருமணம் செய்யப் போகிறான் என்றால் அப்பொழுது திருமண உறவுகளைப் பற்றிய சிந்தனை வரும். தேவை ஏற்படும்போதுதான் நாம் பண்பாட்டைப் பற்றிப் பேசுகிறோம், உணர்கிறோம். மற்ற நேரங்களிலே இயல்பாக மூச்சு விட்டுக் கொண்டிருப்பதுபோல நாம் பண்பாட்டோடு கலந்துதான் வாழ்ந்து கொண்டிருக்கிறோம்.

ஒரு நீர்க்கோவையோ வேறு ஏதோ நோய் வந்து சரியாக மூச்சுவிட முடியாதபோது மூக்கு என்ற ஒன்று நமக்கு நினைவுக்கு வருகிறது. அதுபோல மீறப்படுகிற போதுதான் பண்பாட்டைப் பற்றிய கவலை நமக்கு வருகிறது. நம்முடைய வீட்டின் தண்ணீர்த் தேவையைத் தீர்ப்பதற்கு நகராட்சி தரும் தண்ணீர் போதவில்லை எனும்போது நம்முடைய வீட்டிலேயே பூமிக்குக் கீழே நீர் இருக்கிறது என்ற

உணர்வு வருகிறது. அதுபோலத் தேவை ஏற்படுகிறபோதுதான் நாம் பண்பாட்டைப் பற்றி யோசிக்கிறோம். பண்பாடு என்பது பண்பாட்டைக் கொண்டிருக்கிற மக்களுடைய வாழுகின்ற நிலப் பரப்பு, உற்பத்திமுறை, அங்கே இருக்கிற தட்ப வெப்பநிலை அந்த மக்களுடைய திருவிழாக்கள், நம்பிக்கைகள் அவர்களுடைய மொழி, இலக்கியம் எல்லாம் கலந்ததுதான் பண்பாடு.

தமிழர் பண்பாடு என்றால் என்ன?

தமிழர் பண்பாடு என்பது 'வடவேங்கடம் தென்குமரி ஆயிடை தமிழ் கூறும் நல்லுலகு' என்று கூறுகிறது தொல்காப்பியம்.

"நெடியோன் குன்றமும் தொடியோள் பௌவமும்

தமிழ் வரம்பறுத்த தண்புனல் நல்நாட்டு'

என்பது சிலப்பதிகாரம். எனவே வேங்கடமலை தொடங்கி குமரி வரை வாழுகிற மக்களிடத்திலே அடிப்படையான சில கட்டமைவுகள் ஒன்று போல இருக்கும். மற்றபடி எல்லாம் ஒன்றாகயிருக்கும். வேங்கடம் முதல் குமரி வரை வாழுகிற மக்கள் தமிழ் மக்கள். தாய்மாமனுக்கு மரியாதை தரும் பண்பாட்டிலேதான் வாழ்ந்து கொண்டிருக்கிறார்கள்.

அதேபோல இறந்த உடலுக்கான மரியாதைகளையும் பார்த்தீர்கள் என்றால் மற்ற கலாச்சாரங்களிலிருந்து தமிழர்கள் தனித்திருப்பது தெரியும். இறந்த உடலுக்கு மரியாதை செலுத்துவதும், இறந்த உடலைத் தொட்டுப் பார்ப்பதும் என்று இறந்த உடலுக்கான மரியாதை இங்கு அதிகம். அதுபோல பெண் உடல் மீதான வன்முறை இந்தச் சமூகத்தில் அங்கீகரிக்கப்படாத ஒன்று. பளிச்சென்று சொல்வதானால் இதைத்தான் சொல்லலாம். பெண்களின் உடலில் மீதான வன்முறைக்கு அங்கீகாரமில்லாமை, தாய்மாமன் மரியாதை இவைகளைத்தான் சொல்ல முடியும்.

தமிழர்களின் பண்பாட்டுத் தலைநகரமாக மதுரையைச் சொல்வது ஏன்?

மதுரைதான் தமிழர்களுடைய பண்பாட்டுத் தலைநகரம். மதுரையிலே கேட்டா சொல்வார்கள். 'மதுரையைச் சுற்றிய கழுதையும் வெளியூர் போகாது' என்பார்கள். ஏனென்றால் மதுரைக்குள்ளே அத்தனை விசயங்களையும் பார்க்க முடியும். மதுரை, தென் மாவட்டங்களுக்கும் வட மாவட்டங்களுக்கும் நடுவிலே அமைந்தது. தேனி, திண்டுக்கல், இராமநாதபுரம், தூத்துக்குடி, திருநெல்வேலி இந்த மாவட்டங்களிலுள்ள எல்லா மக்களும் கூடுகிற, சந்திக்கிற இடமாக இருப்பது மதுரைதான். இலக்கியத்தில் நெடுங்காலமாகப் பேசப்படுகிற ஊர். அதுமட்டுமல்ல நெடுங்காலமாக நம் நாட்டிலே வணங்கப்படுகிற தெய்வங்களிலே மதுரையிலே இருக்கிற மீனாட்சித்

தெய்வம் தாய் வழிச் சமூகத்தின் எச்சப்பாடு. தனியாக இன்றைக்கும் முடிசூடி அரசியாகிறாள். அவளுக்கு 'மதுரைக்கு அரசி' என்றே பெயர். ஆனால், அவள் கணவன் மதுரைக்கு அரசனல்ல. பெண்ணின் தனித்த உரிமையைப் பேணிக்காப்பது, சடங்குகளும் திருவிழாக்களும் அதிகமுள்ள ஊர் என்பதனாலே தனிச்சிறப்பு. அதுமட்டுமல்லாமல் மதுரையிலே கிடைக்கிற விளைபொருள்கள், மதுரையிலே ஒரு திருவிழா என்றால் திருவிழாவில நீங்கள் பார்க்கலாம். மக்களுடைய நகைகள் இருக்கிறதல்லவா, அணிகலன்கள் வகை வகையாகயிருக்கும். குறிப்பாக அழகர் ஆற்றிலே இறங்குகிற சித்திரை திருவிழாவன்று பார்த்தால் கண்கொள்ளாக் காட்சி என்பார்களே அப்படியிருக்கும்.

அதில்தான் ஒரு பழமொழி பிறந்தது. 'நான் ஆற்றைக் கண்டேனா அழகரைச் சேவித்தேனா' என்று. ஆற்றைக் கண்டு அழகரைச் சேவித்து பல்வேறு மாவட்ட மக்களுடைய பண்பாட்டையும் அறிந்துகொள்ள முடியும். அதைத் தெரிந்துகொள்ள முடியலையே என்று சொல்வதற்குத் தன்னடக்கத்திற்குச் சொல்லுகிற வார்த்தைகள்தான் நான் 'ஆற்றைக் கண்டேனா அழகரைச் சேவித்தேனா' என்பது. பொதுவாகத் தமிழ்நாடு முழுவதும் சாதி பேதமில்லாமல் இடப்படுகிற பெண்பால் பெயர் மீனாட்சி. தமிழ்நாடு முழுவதும் எல்லாச் சாதியராலும் அந்தப் பெயர் இடப்படுகிறது. இந்தச் சிறப்பு வேறு தெய்வங்களுக்குக் கிடையாது.

தமிழகத்தில் பண்பாட்டு மானுடவியல் ஆய்வுகள் எந்த அளவிற்கு உள்ளது? பண்பாட்டு மானுடவியல் ஆய்விற்கான வேர் எங்கிருந்து தொடங்குகிறது? அதற்கான எதிர்காலம் எப்படியிருக்கு?

மானுடவியல் என்கிற விஞ்ஞானம் ஜான் லூயிஸ் காலத்திலேயே இங்க வருது. சென்னைப் பல்கலைக்கழகத்திலே மானுடவியல் துறை ஆரம்பித்தபோது ஒன்றிரண்டு பேர் படித்தார்கள். குறிப்பாக தமிழ் நாகரிகம் பற்றிப் பேசியவர்களில் கஸ்டம் ஆல்பர்ட் ஒருவர். பல்வேறு சாதிகள் பற்றிய குறிப்புகளை எல்லாம் எழுதுனாரு. அப்ப மானுடவியல் துறை விஞ்ஞானப்பூர்வமாக இங்கே தமிழர்களுக்கு அறிமுகமாகவில்லை. இப்பத்தான் மானுடவியல் துறை விஞ்ஞானப்பூர்வமாக அறிமுகமாயிருக்கு. பக்தவத்சலபாரதி போன்ற மானுடவியலாளர்கள் இங்க வந்திருக்கிறார்கள்.

பண்பாட்டோடு வாழ்ந்தார்கள் என்பது தவிர பண்பாடு பற்றிய ஆய்வுகள் இங்க கிடையாது. இரத்தத்தோடு வாழ்ந்தார்கள். ஆனால் இரத்தம் பற்றிய ஆய்வு கிடையாதுங்கிற மாதிரிதான். பண்பாடு பற்றிய ஆய்வு இங்க கிடையாது. இப்பத்தான் தொடங்குகிறோம். தேசிய இன விடுதலையை நோக்கிய நகர்வுகளிலே இது முக்கியமான இடம்னு நான் நினைக்கிறேன். நான் அந்தத் துறையில்தான் நிறைய

எழுதுகிறேன். நிறைய விடை காண முடியாத கேள்விகளுக்கு விடை காண முயல்வது அந்த அடிப்படையில்தான்.

தமிழகத்தின் வணிகக் குழுக்களில் 'அஞ்சு வண்ணத்தவர்கள்' குறித்து ஒரு கட்டுரையில் விரிவாகப் பேசியிருக்கிறீர்கள். அஞ்சு வண்ணம் குறித்து தமிழில் ஏதேனும் ஆய்வுகள் நடந்திருக்கிறதா?

நடக்கவில்லை என்பதுதான் சோகம். அஞ்சு வண்ணம் என்பது அரேபிய வணிகக்குழு. அஞ்சு வண்ணம் என்றாலே அஞ்சு நேரத் தொழுகையை உடைய இஸ்லாமியரைக் குறிக்கும் என்று பண்டாரத்தார் போன்றவர்கள் எழுதினார்கள். தமிழ் வரலாறு எழுதியவர்கள், 'அஞ்சு வண்ணமும் தழைத்து அறம் தழைத்த வானவூர்' என்று நாகப்பட்டினத்தைப் பற்றிக் குறிப்பிட்டிருக்கிறார்கள். இந்த அஞ்சு வண்ண வணிகக்குழு மறைந்தபோது வணிகக்குழுவோடு வந்த பாதுகாப்புப் படைகள் (Security Guards) இங்கேயே தங்கிவிட்டனர். இங்கேயே தங்கிவிட்டனர் என்று சொன்னால் அவர்கள் பெண்களோடு வரவில்லை. எனவே அவர்கள் திரும்பிச் செல்ல முடியாமல் இங்கே உள்ள பெண்களையே திருமணம் செய்துகொண்டு இங்கேயே தங்கிவிட்டார்கள்.

காயல்பட்டினமும், கீழக்கரை வழியிலே வந்தவர்கள் என்று நான் கருதுகிறேன். ஆனால், இன்றும் கீழக்கரையிலே பண்டசாலிகள் என்று ஒரு பிரிவு இருக்கிறது. மேலப்பண்டசாலை, கீழப்பண்டசாலை. யாருக்குரிய பண்டசாலை? அஞ்சு வண்ணத்தவர்களுக்கிருந்த பண்டசாலை. இந்த பண்டசாலையினுடைய காப்பாளர்களாக, காவலர்களாக இவர்கள் இருந்திருக்கிறார்கள். அஞ்சு வண்ணத்தைப் பற்றி எந்த ஆய்வுகளும் விரிவாக நடக்கவில்லை. கல்வெட்டுகளிலே வருகிற குறிப்புகளைத் தவிர முழுமையான செய்திகள் ஏதும் இல்லை. கேரளத்திலே தேடிப் பார்த்தால் இருக்கும். ஏனென்றால், எட்டாம் நூற்றாண்டைச் சார்ந்த கோட்டயம் செப்பேடு, பாஸ்கர ரவிவர்மனுடைய கோட்டயம் செப்பேடு, அதிலே 'யூசுப்பு ராப்பனுக்கு அஞ்சு வண்ணமும் மணிக் கிராமப்பேரும் கொடுத்தோம்'னு அரசன் எழுதியிருக்கிறான். எனவே, கேரளத்திலே தேடினால் கிடைக்கும் என்று நான் நம்புகிறேன்.

தமிழக அளவிலே கல்வெட்டு ஆய்வுகள், அகழாய்வுகள் எந்த அளவிலே உள்ளது?

இந்தியாவிலேயே அதிகளவு கல்வெட்டுகள் உள்ள மாநிலம் தமிழ்நாடுதான். அதிகாரப்பூர்வமற்ற அளவீட்டின்படி இங்கு ஒரு லட்சம் கல்வெட்டுகள் உள்ளன. அதிலே ஐம்பதாயிரம்தான் பார்க்கப்பட்டிருக்கின்றன. இருபத்தைந்தாயிரம்தான் படிக்கப்பட்டிருக்கின்றன. ஐயாயிரம்தான் அச்சிடப்பட்டிருக்கின்றன. இந்த

ஐயாயிரத்தை வைத்துக் கொண்டுதான் நாம வரலாறெல்லாம் எழுதுகிறோம். இன்னும் அறியப்படாத கல்வெட்டுகள் நிறைய இருக்கின்றன. 'தமிழ்நாடு தொல்லியல் ஆய்வுக் கழகம்' என்ற ஒரு அமைப்பு ஆண்டுதோறும் 'ஆவணம்' என்ற இதழை வெளியிடுகிறது. ஒவ்வொரு ஆவணம் இதழிலும் வெளிவராத கல்வெட்டுகளை எல்லாம் தொகுத்துப் போடுகிறார்கள். அது ஒன்றுதான் அந்த இதழின் பணி. நிறைய கல்வெட்டுகள் இன்னமும் இருக்கின்றது. அந்தக் கல்வெட்டுகளின் மூலம் வரலாற்றை மீட்டுருவாக்கம் பண்ணவேண்டும். கோசாம்பிதான் சொன்னார். 'இந்திய வரலாற்றை எழுதுவது என்பது அல்ல, இந்திய வரலாற்றைத் திருத்தி எழுதுவதுதான் நம் முன்னாலே இருக்கின்ற பணி' என்றார். The Cultural and Civilisation of Ancient in Historical Outline என்ற நூலின் முன்னுரையிலே கோசாம்பி இதுகுறித்து விரிவாக கூறியுள்ளார்.

அந்த வகையிலே இந்தக் கல்வெட்டுகள் முழுக்கப் படிக்கப்பட்டு, பொதுவெளிக்குக் கொண்டுவரவேண்டிய தேவை உள்ளது. அதைவிட பெரிய கொடுமை மத்திய அரசாங்கத்தின் கல்வெட்டுத்துறை அதை மக்கள் வாங்குகிற விலையிலே பதிப்பிப்பதுமில்லை. கல்வெட்டுக்களைக் கண்டுபிடித்த உடனேயே அதைப் பதிப்பிப்பதுமில்லை. அவர்கள் பதிப்பிப்பதற்கே சுமார் 30, 40 ஆண்டுகள் ஆகும். மக்கள் மத்தியிலே வருவதற்கு இன்னமும் 30 ஆண்டுகளாகும். அதனுடைய விலையும் சாதாரண மக்கள் வாங்குகிற விலையில் இல்லை. கல்வெட்டு பற்றிய அறிவு சாதாரண இந்தியனுக்கு இருக்கக்கூடாது என்பதில் அவர்கள் தெளிவாக இருக்கிறார்கள். அதன் தலைமையிடம் தமிழ் நாட்டிலே இல்லை. ஊட்டியில் இருந்ததை மைசூருக்குக் கொண்டு போய்விட்டார்கள்.

குகை ஓவியங்கள் குறித்து...?

குகை ஓவியங்கள் தமிழ்நாட்டிலே நிறைய இருக்கு. சென்னைப் பக்கத்துல குடியம்னு ஒரு இடத்துல Fossils நிறைய இருக்கு. அளவுல பெரிய குகை குடியம். அதே போல சிறுமலைல ஒண்ணு இருந்துச்சு. நீலகிரி மலைல குணவக்கரை, கோர்பன், செத்தவரை என்று மூன்று இடத்துல குகை ஓவியங்கள கண்டுபிடிச்சு இருக்காங்க. அதைப் பத்தி ஒரு டாக்குமென்டரி பார்த்தேன். 10 பேர் கொண்ட குழு அமைச் சிருந்தாங்க. என்னையும் போட்டுருந்தாங்க.

எல்லாமே குறைஞ்சது 1000 அடி இருக்கும். என்னோட ஜீனியர் ஸ்டிபன அனுப்புனேன். Folklore தெரிஞ்ச ஆளா இருக்கணும்னார். அவரு Folklore Expert. அவரு போய்ட்டு வந்தாரு. Funding Agency இருந்தா நம்மட்ட Potential இருக்குங்க. நிறைய ஆய்வுகள் நடத்தல. அதான் பிரச்சனை. ஐவர் மலையில பிராமிக் கல்வெட்டு இருக்கு.

ஒற்றைப் பண்பாடாகத்தான் இந்தியப் பண்பாட்டைப் பற்றிய ஆய்வுகள் வருது. திராவிடப் பண்பாடு அல்லது நாகரிகத்துக்கான தகவல்களை எந்த கல்வெட்டுத் தரவுகள் மூலமாக நாம் அறிய முடிகிறது?

ஒற்றைப் பண்பாடு என்கிற வலிமையான கருத்தாக்கம் 21—ஆம் நூற்றாண்டிலேதான் வந்திருக்கிறது. ஆனால், கல்வெட்டுகளும், செப்பேடுகளும் பெரும்பாலும் அவைகள் ஒரு போக்குடையனவாக இருக்கின்றன. ஆனால், அவைகள் உணர்த்துகிற பண்பாடு வேறு வகையாக இருக்கிறது. இந்தப் பண்பாடு ஆரியம் அல்லாத பண்பாடு என்பதிலே நாம் தெளிவாக இருக்கிறோம்.

அந்தக் கல்வெட்டை எழுதியவர்களும் தெளிவாக இருக்கிறார்கள். ஏனென்றால் கிரந்தப் பகுதி ஒன்று இருந்தால் அதற்குப் பிறகு கீழே தமிழ்ப் பகுதி ஒன்று எல்லாக் கல்வெட்டுகளிலும் விரிவாக இருக்கு. கிரந்தம் என்பது வடமொழியை எழுதுவதற்குத் தமிழர்கள் கண்டுபிடித்த எழுத்துமுறை. எனவே, மக்களின் மொழியிலே அவர்கள் எழுதினார்கள். இரண்டு அடியிலே வடமொழியிலே சுலோகம் ஒன்று புகழ்ச்சிப் பாடல் இராஜராஜ சோழனுடையது. அடுத்த அடியிலே தமிழிலே, தமிழிலேயே தொடங்கி விடுகிறான். தமிழ்க் கல்வெட்டுகள் தெளிவாக யாரும் புரிந்துகொள்ளக் கூடிய வகையில், இன்றளவும் புரிந்துகொள்ளக் கூடிய வகையில் இருக்கின்றன. அவைகள் உணர்த்தக்கூடிய செய்திகள் ஆரியம் அல்லாத ஒரு பண்பாடு. ஆரியம் அல்லாதது என்று சொன்னாலேயே அது இந்துத்துவத்திற்கு மாற்றானது என்று அர்த்தமாகிறது. அதைப் பற்றித்தான் நிறைய பேசியிருக்கிறார்கள். எழுதியிருக்கிறார்கள்.

அந்த வகையிலே ஆதிச்ச நல்லூர் குறித்து எப்படிப் பார்ப்பது?

ஆதிச்ச நல்லூர் 150 ஏக்கர் பரப்பளவுள்ள ஒரு நிலப்பகுதியை அரசு கையகப்படுத்தி வைத்திருக்கிறது. அதில் 35 சென்ட் வரைக்கும்தான் ஆய்வுக்கு உட்படுத்தப்பட்டிருக்கு. அதுவும் 1905—இல் அகழாய்வுக் குழிகளை அலெக்சாண்டர் ரீ மூடிவிட்டுப் போனபிறகு 2005—இல் தான் மறுபடியும் தொடங்கினார்கள். இப்பொழுதும் 35 சென்ட் மட்டும்தான் ஆய்வு பண்ணாங்க. இன்னும் சரிபாதியாக இருக்கிற வடபகுதிமேடு தொடப்படவே இல்லை. அதுதான் தாமிரபரணி ஆற்றங்கரையிலே இருக்கிறது. ஆற்றங்கரைக்கு அடுத்தாற் போல திருச்செந்தூர் செல்லும் சாலை. சாலைக்குத் தெற்கேயும் அந்த மேடு பரந்திருக்கிறது. தென்பகுதியிலேதான் இதுவரைக்கும் அகழாய்வு பண்ணியிருக்காங்க. 2005—இல் சத்தியமூர்த்தி தலைமையிலே பண்ணின அகழாய்வுல நமக்குக் கிடைச்ச ஒரே பெரிய விசயம் காலத்தைத் தெர்மோலூமிஸன்ஸ் ஆய்வுகள், C 14 ஆய்வுகள் மூலமாக கி.மு.எட்டாம் நூற்றாண்டு வரை கொண்டு போய் இருக்கிறார்கள் என்பதுதான். அவர்கள் கண்டுபிடிப்பிலே இன்னொன்று அதற்கு

முன்னாலேயே இங்கு தங்கமெடுத்து இருக்கிறார்கள் என்ற செய்தியைச் சொல்லியிருக்கிறார்கள். ஆனால், ஆதிச்சநல்லூரிலேயே நம்முடைய பெரிய சோகம் என்னவென்றால் அங்கு எழுத்தும் கிடைக்கவில்லை, வெள்ளிப் பொருட்களும் கிடைக்கவில்லை.

சல்லிக்கட்டுக்கான தடை குறித்து நீங்கள் எப்படிப் பார்க்கிறீர்கள்.

தமிழ் அடையாளத்தை அழிக்கணும்ங்கற முயற்சியிலதான் இந்த மஞ்சு விரட்டுக்கான தடை. எவ்வளவோ போராடுனாரு மதுரை மாவட்ட ஆட்சியரா இருந்த உதயச்சந்திரன். என்னிடம் திரும்பத் திரும்ப கேட்டாரு. ஸ்பெயின்ல என்ன பண்ணுவாங்க?

'மாடு அடக்குதல்'னு சொல்றதே தப்பு. 'மாடு அணைதல்'னு அவன் சொல்லுவான். அணைஞ்சுகிட்டு மாடு கூட முப்பது அடி போனாலே போதும். கொம்ப புடிச்சு அடக்கி எம்.ஜி.ஆர் மாதிரியெல்லாம் செய்ய வேண்டாம். மாட்டோடு திமிலை பிடிச்சுக்கிட்டு முப்பது அடி போனாலே அவன் ஜெயிச்சுட்டான். 'மாடு அணைதல்'தான் அடக்குதல் இல்ல. இது தமிழனோட வீர விளையாட்டுகள்ல ஒண்ணு. ஒவ்வொரு சமூகத்துக்கும் இது போல இருக்கு. இதைத் தடை பண்ணனும்கிறது தமிழ் அடையாளம் ஒன்றை அழிக்கிற முயற்சிதான்.

சல்லிக்கட்டுக்கு நேர்ந்துவிட்ட மாடு, ஊர்ல எந்த வயக்காட்டுல கதிரத் தின்னாலும் ஊர்க்காரன் ஒண்ணும் சொல்லமாட்டான். ஊர்க்காரன்ல புகார் பண்ணனும், ஜல்லிக்கட்டு வேணாம்னு. ஜல்லிக்கட்டு காளைகளால் ஆபத்து இருக்குன்னு எந்த ஊர்க்காரனாவது புகார் பண்ணியிருக்கானா? இல்லையே. ஊர்ல ஒத்துக்கிட்டுதான் காளை வளர்க்குறாங்க.

மஞ்சு விரட்டு குறித்து?

ஊர் கண்மாய்க்குள்ள வச்சு மாட்ட அவுத்துவிட்டுருவான். பின்னாடி விரட்டிப் போவான். அதுல மாட்ட அவுத்து விரட்டி விட்டுருவான். 'மைந்து விரட்டு'தான் மஞ்சு விரட்டு ஆயிருச்சு. மைந்துன்னா 'வீரம்'னு அர்த்தம். சல்லிக்கட்டு ஒரு வாடிவாசல்ல அடைச்சு அதற்குள்ளே அணைவது.

சல்லிக்கட்டிற்கான மாட்டை வளர்ப்பு உயிரினமாக (Domestic Animal) எப்படிச் சொல்லவது?

ஏன்னா முதல்நாள் வரைக்கும் அது எந்த வீட்ல வளருதோ அந்த வீட்ல இருக்கிற சின்னப்புள்ள அதுட்ட விளையாடும். குளத்துல கூட்டிட்டு போய்க் குளிப்பாட்டும். அது என்ன சிங்கம், புலியா? சிங்கம் புலிதான் காட்டு உயிரினங்கள் (Wild Animals).

கோயில்ல யானையை வளர்ப்பது?

எந்தக் கோயில்ல, தனிநபர் யானை வளர்த்தாலும் அதனோட வயித்துக்குப் போதுமான உணவைக் கொடுக்க முடியல. வேலை ஏவுறாங்க. ஒரு காட்டு உயிரினத்தில் பேருயிரை வளர்ப்பாகப் (Domasticate) பண்ண முயல்றாங்களே தவிர, அத ஆரோக்கியமா (Healthy) வைக்க உதவல. ஒரு யானை 150 வயசு இருக்குங்குறாங்க. எந்தக் கோயில் யானையும் 150 வயசு இருந்ததில்ல.

குருவாயூர்க் கேசவனே எண்பது வயசு வரைக்கும்தான் இருந்துச்சு. நல்ல உணவு கொடுக்கப்பட்ட யானையை அதன் வாழ்விடத்தில் (Wildlife) இருந்து பிரிச்சாலே சிக்கலாயிரும். சிறை வாழ்க்கை ஏன் கஷ்டம்? மந்தை உணர்ச்சி உடைய ஒரு உயிரினத்தை மந்தையிலிருந்து பிரிச்சாக் கஷ்டந்தானே. யானையும் மந்தை உணர்ச்சி நிறைய உடைய உயிரினம். அதை பிரிச்சுத் தனியா கொண்டு வந்து தனிமைச் சிறையிலே வைச்சுருக்காங்க.

இன்று தமிழகம் முழுக்க வரவேற்பிற்கும், நல்ல காரியங்களுக்கும் வீட்டு வாசல், கோயில், மண்டப வாசல்களில் போடப்படும் கோலம் எந்தக் காலக் கட்டத்தில் தோன்றியது? அதற்கான காரணம் என்ன?

கோலம் என்பது, புள்ளிகளாலும் வளைகோடுகளாலும் ஆன ஒரு கலை. இது வரலாற்றுக்கு முற்பட்ட காலத்திலிருந்தே அதாவது மனிதனின் அழகுணர்ச்சி தோன்றிய காலத்திலிருந்தே இந்தக் கலை வந்திருக்கு. தமிழர்களுக்கு ஒரு நம்பிக்கை உண்டு. தெய்வங்கள் பூமிக்கு வரும். வந்தால் அந்தத் தெய்வங்களின் கால்கள் தரையிலே பாவாது. எனவேதான் கீழே பூ வைப்பாங்க. தாமரைப் பூ வைப்பர்.

'மலர்மிசை ஏகினான்' அப்படிம்பாரு வள்ளுவர். குத்துவிளக்கு தரையில் வைப்பதற்குப் பதிலாகப் பலகையில் வைக்கிறார்கள். குத்து விளக்கு தெய்வத்தினுடைய அடையாளம். தெய்வங்கள் கால் பதிப்பதற்காகப் போடப்படும் ஆசனங்கள்தான் கோலம். மண்ணுல அதைத்தான் போட்டார்கள். வீட்டிற்கு வரும் தெய்வம் அதிலேதான் கால் பதித்து வீட்டுக்குள்ள வருகிறது. இன்றைய வரைக்கும் கலையின் அடிப்படையான அம்சம் இந்தப் புள்ளிகளும் வளைகோடுகளும். Dot Matrix-இல் தான் வந்து நிற்கிறது.

இன்றைய தமிழகத்தில் திருமண நிகழ்வில் முக்கிய இடம் பிடிப்பது தாலி என்றழைக்கப்படும் மஞ்சள் கயிறுதான். இது எந்தக் காலக்கட்டத்தில் இருந்து துவங்கியது. பண்டைய தமிழ்ச் சமூகத்தில் தாலி அணிவிக்கும் வழக்கம் தமிழர்களிடம் இருந்துள்ளதா?

தாலி ஒரு புராதன அடையாளச் சின்னம். இந்தப் பெண் மணமாகி இன்னொருவனுக்கு உரிமையாகிவிட்டாள் என்பதை

அடையாளப்படுத்தும் வகையிலிருக்கிறது. என்னுடைய கருத்துப்படி தாலி கழுத்திலே அணிவது அதற்கு முன்னாலே கையிலே அணிகிற வளையல்கள்தான் தாலியினுடைய இடத்தைப் பெற்றிருக்கின்றன. வளையல் மங்கலச் சின்னமாகக் கருதப்பட்டிருக்கு. சிலப்பதிகாரத்திலே கூட....

கொற்றவை வாயிற் பொற்றொடி தகர்த்துக்
கீழ்த்திசை வாயிற் கணவனொடு புகுந்தேன்
மேற்றிசை வாயில் வறியேன் பெயர்கென

(சிலம்புக் காதை:181)

மேற்கு வாசல் வழியாகக் கோவலன் இறந்த பிறகு மதுரையை விட்டு வெளியேறுகிறாள்...

வளையல் எல்லாப் பழங்குடி மக்களிடத்திலும் இருக்கு. ஹரப்பா நாகரிகத்திலே நிறைய வளையல்களை அடுக்கிய சிலை கிடைச்சுருக்கு. வளையல்தான் பழைய மங்கலச் சின்னம். அதுபோக பின்னாலே கழுத்திலே கட்டுகிற தாலி என்ற ஒன்று வந்தபோது அதை மானுடவியல் நோக்கிலே பார்க்க வேண்டியிருக்கிறது. அப்படி அணுகி சென்னை அருங்காட்சியகத்திலே இருந்து ஒரு புத்தகம் வெளியிட்டிருக்கிறார்கள். Thalli signs of South india-ன்னு ஒரு புத்தகம் வெளியிட்டு இருக்கிறார்கள். ஒவ்வொரு தாலியினுடைய வடிவமும் அந்த இனக்குழுவினுடைய வரலாற்று எச்சப்பாடாகத் திகழ்கிறது என்பதுதான்.

தொல் தமிழ்ச் சடங்குகள்ல விளக்கேற்றுவதற்கான அடிப்படைக் காரணம் என்ன?

'தமிழ்நாட்டு திருவிளக்கு'ன்னே ஒரு புத்தகம் எழுதியிருக்காரு ஆ.ராகவன். திருவிளக்குத் திருவிழா அப்படின்னு ஒரு கட்டுரை எழுதியிருக்கேன்.

சமீபத்தில் இந்துத்துவவாதிகள் ஒரு தொலைக்காட்சி நிகழ்ச்சியில் தாலி குறித்துப் பேசக்கூடாது என்று சொல்லும்போது, தாலியை எப்படி பார்ப்பது?

புனிதம் என்பதே, ஆதிக்கப் பிரிவுகள் தங்களுடைய அடையாளத் துக்காக, தங்களுடைய பிழைப்புக்காக ஏற்படுத்திக் கொண்டதுதான் புனிதம். எது புனிதமில்லை? பசுவின் கழிவுகூட இந்த நாட்டிலே புனிதம்தான். அவர்களுக்கு பெரியாரைப் பிடிக்காத ஒரே காரணம் இதுதான். ஒரே காரணம் மட்டுமல்ல பல காரணங்களுள் இதுவும் ஒன்று.

இந்தியாவிலேயே தாலியை நிராகரித்த ஒரே சிந்தனையாளர் பெரியார்தான். அதைக் கேலி செய்தார். ஒன்றிரண்டு திருமணங்களிலே பெண் ஆணுக்கு தாலி கட்டுவதாக நடத்திக் காட்டினார். தாலி நிராகரிப்புக்கான தைரியம் பெரியாருக்குத்தான் இருந்தது. அதுதான் இவர்களுக்கு அவரைப் பிடிக்காமல் போனதற்கான காரணங்களிலே ஒன்று. தாலியை எந்த சீர்திருத்தவாதியும் எதிர்க்கவில்லை. இராஜாராம் மோகன்ராய் உட்பட யாரும் நிராகரிக்கவில்லை. பெரியார் ஒருத்தர்தான் தாலியை நிராகரித்தார்.

கடவுளை வணங்குவதற்கு அடையாளமான திருநீறு, பெண்களின் குங்குமம் போன்ற குறியீடுகள் எதன் அடிப்படையில் உருவானது? இவற்றுக்கான வரலாற்றுப் பின்புலம் என்ன? தொல் தமிழர்கள் கடவுளை வணங்குவதற்கு ஏதேனும் குறியீடுகளைப் பயன்படுத்தியுள்ளார்களா?

ஆண்களுக்குத் திருநீரும், பெண்களுக்குக் குங்குமம் என்பதே நவீன ஊடகங்கள் கற்பித்த விசயம்தான். திருநீறு எப்படிப் புனிதமாச்சு? என்பதைப் பற்றி ஹில்பர்ட்ஸ் ரைட்டர் தன்னுடைய புத்தகத்திலே எழுதியுள்ளார். வேறெதும் கொடுக்க முடியாதபோது சிவன் கோயில் களிலும், இரத்தப்பலி கேட்கும் நாட்டார் தெய்வக் கோயில்களிலும் திருநீரு கொடுக்குறாங்க. பழங்குடி மக்களுக்கும் புனிதம் உண்டு. இன்றைய அரசியல்வாதிகளுக்கு மட்டும் புனிதம் இல்லையா? எல்லோருக்கும் தங்கள் கட்சிக் கொடி புனிதமானதுதானே? எதிர்க்கட்சிக்காரன் அதை எரித்தாலோ அல்லது மிதித்தாலே கோவம் வருது இல்லையா? புனிதம் என்பது கற்பிக்கப்பட்ட ஒன்றுதான். புனிதம் சிலருடைய பிழைப்பு.

தமிழ்ச் சமூக வரலாற்றில் புலால் உணவின் விலக்கு எதன் அடிப்படையில் உருவானது? இன்று தாழ்த்தப்பட்ட, பிற்படுத்தப்பட்ட சாதிகளின் முக்கிய உணவாக இருக்கும் மாட்டுக்கறியின் உருவாக்கம் குறித்து? சமூகத்தில் மாட்டுக்கறியை அருவருக்கத்தக்கதாகப் பார்க்கப்படும் உளவியல் எதன் அடிப்படையில் உருவானது?

சங்கோசப்பட்டு மறைவிடங்கள்ல சாப்பிடுவது சமூக இயல்பு. ஏன்னா பெருவாரியான மக்கள் விலக்குன உணவைச் சாப்பிடும்போது அவங்க சங்கோசப்படுவது இயற்கை. ஆனா, பழைய தமிழகத்துலே மாட்டுக்கறி சாப்பிட்டுருக்காங்க. பாசுபதர்கள்கூட மாட்டுக்கறி சாப்பிட்டுருக்காங்க. பாசுபதர்கள்னா பாசுபத சைவர்கள். சங்க இலக்கியத்துல, கொழுத்த மாட்டுக்கறிய சாப்பிட்டத பத்தி குறிப்பு இருக்கு. மாட்டுக்கறி சாப்பிடுறது ஒரு வழக்கம். பெருவாரியான மக்கள் அதுலயிருந்து விலகிட்டாங்கிறதுக்காக அதைத் தடை பண்றது தப்பு. உணவுங்கிறதே நம்பிக்கை சார்ந்த விசயம். தடை பண்ண முடியாது. உயிர்ப் பலி தடைச் சட்டம் கொண்டு வந்தபோது எங்கள மாதிரியான ஆட்கள் சொன்னோம். நாட்டார் வழக்காற்றியல்ல

இது ஒப்பேறாது. இது வெற்றிபெற முடியாதுன்னு சொன்னோம். அது தோத்துப் போச்சுல்ல. ஒரு ஆண்டுகாலம் கூட அந்தச் சட்டத்த நடைமுறைப்படுத்த முடியலியே, அந்த மாதிரிதான்.

உயிர்ப் பலி தடைச் சட்டத்தை இராமகோபாலன் ஆதரித்தது போல, வீரமணியும் ஆதரித்தாரே இதை எவ்வாறு காண்பது?

பரிக்ஷா ஞாநி சேவியர் கல்லூரில இது பற்றி ஒரு விவாதம் நடத்தினார். நான், பேராசிரியர் லூர்து, பேராசிரியர் சிவசுப்ர மணியன்னு நாங்க அவரை Counter பண்ணோம். இராமகோபாலன் எதிர்த்ததற்கும், வீரமணி எதிர்க்கிறதுக்கும் வேறு வேறு காரணங்கள் இருக்கு. வீரமணி விவரமில்லாம எதிர்க்கிறாரு. பலி, மூடத்தனம்னு சொன்னா, பிரேயருக்கே திருப்பலின்னு பேரு கிறிஸ்துவ மரபுல. எதிர்க்க முடியுமா வீரமணியால முடியாது. நம்பிக்கை சார்ந்த விசயங்க.

மூடநம்பிக்கைக்கும், நம்பிக்கைக்கும் என்ன வித்தியாசம்? மூடநம்பிக்கைன்னு பேசுன பரிக்ஷா ஞாநி எனக்கு Folklore தெரியாது, நீங்க சொல்லுங்கன்னார். நம்பிக்கைக்கும் மூடநம்பிக்கைக்கும் இடையில என்ன இருக்குன்னு கேட்டா அதிகாரம் இருக்கு. நுண் அதிகாரம் இருக்கு இல்லையா. பாலைக் கல்லு மேல இருக்கச் சிலை மேல கொட்டுறது மூடநம்பிக்கை கிடையாது. அது நம்பிக்கை. கொட்டுனா கடவுள் சொர்க்கம் தருவார்னு நம்புறது மூடநம்பிக்கை. இந்த இரண்டுக்கும் இடையில என்ன வருதுன்னா பூசாரி, குரு. மறைமுக நுண் அதிகாரம் வருது. இதான் வித்தியாசம். இதப் புரிஞ்சுக்க முடியாமத்தான் வீரமணி இத ஆதரிச்சுட்டாரு. பெரியார் இருந்தா அதச்சொல்லியிருக்க மாட்டாரு. எல்லாக் கோயிலையும் திறந்துவிடு. அப்புறமா நான் ஆதரிக்கிறேன்பாரு.

தமிழ் ஆண்டு குறித்த சர்ச்சை தொடர்ந்து நிலவுது. 'தை'ன்னு சொல்றாங்க, 'சித்திரை'ன்னு சொல்றாங்க. அது குறித்தான தங்களுடைய பார்வை...

என் கருத்து வந்து தைப்பூசம்தான் தமிழ் ஆண்டின் தொடக்க நாள். அதப்பத்தி எழுதியிருக்கேன். தைப் பூசம் பௌர்ணமி நாள். அதுதான் தமிழர்களுடைய ஆண்டுத் தொடக்கம். தை ஒண்ணாந்தேதி இல்ல. தை ஒண்ணாந்தேதிக்கும், தைப்பூசத்துக்கும் இடையில் இருபது நாள் கிட்ட வித்தியாசம் வரும். இந்த வித்தியாசம் என்னான்னா அயன, விசு காலங்கள கணிக்கிறதுல நாம தப்பிட்டோம்னு சொல்லி ஒரே ஒரு ஆள் எழுதியிருக்கார். கவிஞர் பாரதியார்தான் அவர்.

அதனால நம்ம திருவிழாக்கள் எல்லாம் மாறி மாறி வருது. தமிழர்கள், திராவிடர்கள் எல்லோருமே லூனார் சிஸ்டத்துக்காரங்க. ஆரியர்கள் சோலார் சிஸ்டம் அதாவது சூரிய காலண்டர். இப்ப நாம ரெண்டும் இல்லாம லூமி சோலாரா இருக்கோம்.

இன்னைக்கு இதெல்லாம் சோலார் சிஸ்டத்துக்கு வந்துட்டாலும் கூடப் பிள்ளைக்கு முதல் பிறந்த நாள் கணிக்கிற போது நட்சத்திரம் பார்த்துத்தான் கழிக்கிறோம். நட்சத்திரம்னா நாள். இன்றைக்கும் கேரள அரசர்கள் நட்சத்திரத்தைப் பேராக வைத்திருப்பதைப் பார்க்கலாம். மூலத் திருநாள், சித்திரைத் திருநாள், சுவாதித் திருநாள்னு சேர்த்துப் பேர வச்சுகிறாங்க. நான் என்னோட கருத்த சோதிடம் தெரிந்தவர்களிடம், வானசாஸ்திரம் தெரிந்தவர்களிடம் கேட்டு உறுதிப்படுத்தி வைத்திருக்கிறேன். எல்லா மாதங்களும் பௌர்ணமியில்தான் தொடங்கும். தை முதல் நாள் அல்ல, தைப் பூசம்தான் தமிழர்களுடைய ஆண்டின் தொடக்க நாள்.

தீபாவளி தமிழர்களுடைய பண்பாட்டில் எப்போது கலந்தது? நீங்கள் கார்த்திகையைத்தான் தமிழர்களின் தீபத் திருநாள் என்கிறீர்கள். தீபாவளி, பொங்கல் பண்டிகை இன்று வணிகச் சந்தையாக மாறி வருகிறது?

விஜயநகர ஆட்சிக் காலத்துலதான் வந்துச்சு. தெலுங்குப் பார்ப்பனர்கள் தமிழுக்குப் பண்ண கேடு ரொம்ப அதிகம். தீபாவளி அவர்கள் மூலமாகத்தான் தமிழ்நாட்டுக்குள் வந்துச்சு. தீபாவளி சமணர்களுடைய திருநாள். வர்த்தமான மகாவீரர் இறந்தநாள். குஜராத் மார்வாடிகள பார்த்தீங்கன்னா தீபாவளி அன்னைக்குத்தான் புதுக்கணக்கு போடுவாங்க. பார்ப்பனர்கள் தங்கள் எதிரி செத்ததைக் கொண்டாடுறான். பொங்கல் இயற்கைத் திருநாள். ஏசுவினுடைய மரணமும் ஈஸ்டரும் மூன்று நாள் கிட்ட வரும். ஈஸ்டர் யூதர்களுடைய அறுவடைத் திருநாள். ஒவ்வொரு சமூகத்துக்கும் அறுவடைத் திருநாள் இருக்கு. அறுவடைத் திருநாள்ன்றது உயிர்ப்பிப்பது. அதனாலதான் மூன்றாம் நாள்ல ஏசு உயிர்தெழுந்தார்ன்றதே அது ஈஸ்டர ஒட்டி வர்ற நாள்றதுனாலதான் அந்தக் கதையே வந்தது. பொங்கல் இயற்கையோடு சார்ந்தது. அது அறுவடைத் திருநாள்.

தமிழர்களின் சிறப்பான பண்பாடுகளில் ஒன்றாக விருந்தோம்பல் சுட்டிக் காட்டப்படுகிறது. ஆனால் தாழ்த்தப்பட்ட சமூகத்தை ஆண்டாண்டு காலமாக ஒதுக்கிவைக்கும் வழக்கம் எதன் அடிப் படையில் வந்தது? தமிழ்ச் சமூகத்திடம் உள்ள நல்ல, அரிய பண்புகள் தீண்டாமையால், சாதியப் படிநிலைகளால் கெடாதா?

விருந்தோம்பல் என்பது சகமனிதனை மதிக்கிற விசயந்தான். என் வீட்டுக்கு வர்ற எல்லோரும் பசியோட வரல. ஆனா, சாப்பிட்டு போங்கன்னு சொல்றேன்.

எங்க வீட்ல எல்லாம் இப்ப, சமகாலத்துல என் சகோதரி வீட்லயும் சரி, எங்க வயலில் பண்ணை பார்க்கிற தலித் சகோதரர்களுக்கு நாங்க காப்பி குடிக்கிற டம்ளர்லேயே காபி கொடுக்கிறோம். மாறிட்டுது. இது மாதிரி எல்லா இடமும் மாறணும்தானே.

பெண்கள்தான் விவசாயத்தைக் கண்டுபிடித்ததாகக் கூறுவதை, சற்று விரிவாக விளக்குங்கள்?

அது பற்றி தொல்லெச்சப் பதிவுகள் நிறைய இருக்கு. மீனாட்சிதான் விவசாயத்தைக் கண்டுபிடிச்சதா ஒரு பாட்டுப் பதிவு இருக்கு. 'உடமையும் ஒழுக்கமும்'ன்னு ஒரு கட்டுரை எழுதியிருக்கேன் (பண்பாட்டு அசைவுகள்). என்ன பண்ணனும் அரசாங்கம் இலவச வீட்டுப் பட்டாலாம் கொடுக்கும்போது பெண்களின் பெயருக்குத்தான் கொடுக்கனும், அப்படின்னா நல்லாருக்கும்.

நிலம் பொண்ணு பேருக்கு இருந்தா என்ன? ஆண் பேருக்கு இருந்தா என்ன? விவசாயமே கார்ப்பரேட் செக்டாருக்குள்ள போகும்போது நிலத்தை நம்ம பெண்களின் பெயருக்குக் கொடுத்தால் நம்ம பெண்களும் கார்ப்பரேட் செக்டாருக்கு அடிமையாகத்தான் போகணும். நமக்கு முன்னால இருக்கிற வேலையும், போராட்டமும் வேற. அத மொதல்ல முறியடிப்போம். உயிர்ப்பலி தடைச்சட்டம் வரும்போது பெரியார் எப்படி எதிர்கொண்டிருப்பார்? மொதல்ல உள்ள விடு பிறகு அப்புறம் என்ன சாப்பிடலாம்னுருப்பார். கர்ப்பகிரகத்த போய்ப் பார்த்துட்டு வரட்டும்னு சொல்லியிருப்பார்.

பண்பாட்டாய்வுகளோட எதிர்காலம்

மனித வாசிப்பு பெருகப் பெருக பண்பாட்டாய்வு தனியா வந்துரும். அதுக்காக Course *நடத்த வேண்டாம்.* Degree *நடத்த வேண்டாம். மனித வாசிப்பு அப்படிங்கிறதுதான் பண்பாட்டாய்வு.* Every man was good read. *வயசான ஆள்னா கட்டாயம் படிக்க வேண்டிய புத்தகம்*

புழங்கு பொருள் பண்பாடு

புழங்கு பொருள் பண்பாடு குறித்து...

வீட்டிலே இருக்கிற அஞ்சறைப் பெட்டி இருக்கிறதல்லவா? அதுகூட ஆய்வுப் பொருள்தான். நான் சொல்லுவேன் அடுக்களையிலிருந்துதான் ஆய்வு தொடங்க வேண்டும். சில சாதியார் உலையிலே உப்பிட்டு சமைக்கிறார்கள். சில சாதியார் சோற்றைப் பரிமாறுகிற போது இலையிலே வைக்கிறார்கள். வேறுபாடு எதற்கு? இங்கிருந்து ஆய்வைத் தொடங்க வேண்டும் என்று நான் சொல்லுவேன். சாதிய மேல் அடுக்கு கீழ் அடுக்கு என்பதிலே உள்ள ஒரு

கொடுமையான நிகழ்வு. அந்த வட்டாரத்திலே உலையிலே உப்பிட்டு சோறாக்குபவர்கள் ஏதோ ஒரு காலத்திலே மேல் சாதியினராலே ஒடுக்கப்பட்டு இருக்கிறார்கள் என்பதுதான் அதற்குப் பொருள்.

நம்முடைய வீட்டிலே இருக்கிற பழைய காலத்துப் பாத்திரங்கள்தான் புழங்கு பொருள் பண்பாடு. தயிர் கடையும் மத்து. மோர் கடையும் மத்து. நல்ல ஆராய்ச்சி என்பது நம்முடைய வீட்டிலிருந்து, சமையலறையிலிருந்து தொடங்கப்பட வேண்டும். ஆராய்ச்சி என்பது வெளியிலே நூலக இடுக்கிலே, புத்தகங்களிலிருந்து தொடங்குவது அல்ல. நம்முடைய வீட்டிலிருந்து தொடங்குவது. மானுடவியல் படித்தவர்களுக்குத் தெரியும். மனித உடம்பிலிருந்துதான் மனிதன் நிறைய விசயங்களைக் கற்றுக்கொண்டான். மனித உடம்பிற்கும் மொழிக்கும் கூடத் தொடர்பு உண்டு.

பண்பாட்டாய்வுகளை வீட்டின் சமையலறைலிருந்து தொடங்கணும் என்கிறீர்கள். இது போன்ற ஆய்வுகள் தமிழில் வந்து இருக்கா?

இந்த மாதிரி ஆய்வுகள் தமிழ்ல இப்பத்தான் தொடங்குது. 'காடு' மாதிரியான ஒரு இதழை இப்பத்தான நீங்க தொடங்குறீங்க. இதுதான் தொடக்கம். இதுவும்கூட 80—க்கு பிறகுதான்.

சர்வதேச அளவில் புழங்கு பொருள் பண்பாட்டு ஆய்வுகள் குறித்து...

நான் அந்தளவு எதுவும் வாசிக்கல. மலாய்நாத் பாஷு, பிரேந்திரநாத் பாஷு என இரண்டு வங்காளிகள் இங்க ஆய்வு பண்ணியிருக்காங்க. Introduction to anthropology ஒரு சின்னப்புத்தகம் ரொம்ப நல்ல புத்தகம்.. நெசவைப் பத்திப் பேசுவார்கள். Textile industry older than man பனங்சில்லாட இவைகளை வைத்துக்கொண்டு பேசுவாங்க. எனவே இந்தியாவுல இப்பத்தான் தொடங்குது. தமிழகத்திலே ரொம்ப லேட்டாத்தான் தொடங்குது. ஏன்னா இந்தியாவுல எல்லா அறிவு முயற்சிகளும் பெரும்பாலும் அங்க இருந்துதான் தொடங்குது.

உணவு

தமிழருடைய உணவில் சுவையூட்டிகள் மணத்திற்காக...

எனக்கு உணவியல் பற்றி அதிகம் தெரியாது. தெரியாத விசயங்களைப் பேசாமலிருப்பதுதான் நாகரிகம்.

மிளகு பற்றி ஓரிடத்திலே சொல்லியிருக்கிறீர்கள்...

மிளகு பழைய பொருள். உணவுக்கு அப்பாலே அதைப்பற்றிப் பேசலாம். சுவையூட்டிகள் பற்றி என்னாலே பேச முடியாது.

உப்பு குறித்த நம்பிக்கைக்கான வரலாற்றுக் காரணம் என்ன?

உப்பு ஒரு புனிதப் பொருள். உறவின் தொடர்ச்சியைக் காட்டுவது என்பதாகும். நான் உப்பு பற்றி ஒரு கட்டுரை எழுதியிருக்கிறேன். புது வீடு கட்டி உள்ளே போகுறபோது அந்த வீட்டுக்கு உரிமையாளரான அந்தப் பெண் கையிலே உப்பு மரவையைக் கொண்டு போகிறாள். பழங்காலத்திலே தமிழகம் முழுவதற்கும் சந்தைப்படுத்தப்பட்ட ஒரு பொருள் உப்புதான். ஏன்னா அது கடலிலே மட்டும்தான் விளையும். அதற்கு முன்னாலே மிகப்பழமையான காலத்திலே மனிதன் உப்பைப் பாறைகளிலே இருந்து எடுத்திருக்கிறான்.

அந்தத் தொழில்நுட்பம் எல்லாம் மறைந்துபோன பிறகு கடலிலே இருந்து உப்பெடுத்தான். இந்தக் கடலிலே இருந்த உப்பை கொண்டு விற்பதற்கான சாதிக்குச் சங்க இலக்கியத்திலேயே 'உமணர்' என்று பெயர் சொல்லப்பட்டிருக்கு. உமணர்கள் வண்டிகளிலே உப்பைக் கொண்டு சென்றார்கள். பின்னாலே 'உப்பு வாணிய முத்தூர்' என்றே ஒரு சாதிக்குப் பெயர்.

இன்றைக்கும் கூட நெல்லை மாவட்டத்திலே தாமிரபரணி கரையிலே உப்பு வாணியமுத்தூர் என்று ஒரு ஊர் இருக்கு. எல்லா சுவைகளுடைய பெயரும் உப்பு என்றுதான் முடியும். கரிப்பு, எரிப்பு, இனிப்பு என அனைத்தும் உப்பு என்றே முடியும். எனவே, உப்பு என்ற சொல்லுக்கே சுவை என்று பெயர்.

அமாவாசை, பௌர்ணமி நாட்களில் 'புலால் விலக்கும்' பழக்கம் பெண்களிடம் இருக்கிறது. சில ஆண்களிடமும் இருக்கிறது. இது எதன் அடிப்படையில் தோன்றியது? வெள்ளி, செவ்வாய் புலால் விலக்குவது எதனால்?

சமணம், பௌத்தம் இங்கு மதமாக இருந்தது. அப்ப சமண, பௌத்த துறவிகள் பிச்சைக்கு வருவாங்க. பிச்சையை பெண்கள் இடவேண்டும் என்பதற்காக பிச்சைக்கு 'மாதுகரம்' என்று பெயர் வைத்தார்கள் வடமொழியிலே. அமாவாசை, பௌர்ணமியன்று கார் உவா, வெள்ளுவா நாள் என்பார்கள். இந்த நாளிலே பௌத்த துறவிகளெல்லாம் சேர்ந்து சங்கக் கூட்டத்தை அந்த வட்டாரத்திலே ஓரிடத்திலே நடத்துவார்கள். பௌத்தர்கள் தினந்தோறும் பிச்சையெடுப்பர். சமணத் துறவிகள் எட்டு நாட்களுக்கொரு முறை, பதினாறு நாட்களுக்கு ஒரு முறை பிச்சை எடுத்துச் சாப்பிடுவார்கள். அவர்கள் பிச்சைக்கு வருகிற நாட்களிலே அவர்களுக்குப் புலால் கொடுக்கக் கூடாது என்கிற அடிப்படையிலேதான். அவர்கள் வீட்டுப் புலாலை அவர்கள் உண்ணலாம்.

'கொன்றால் பாவம் தின்றால் தீரும்' பௌத்தருடையதுதான். பௌத்தர்கள் நிறைய மீன் உண்பார்கள். இன்றைக்கும் இலங்கையிலே இருக்கிற பௌத்தத் துறவிகள் தினந்தோறும் மீன் உண்பார்கள். கடையிலிருந்து வேலைக்காரர்கள் வாங்கிச் செல்லும்போது செத்த மீனா? என்று பார்த்து வாங்கிப் போவார்கள். உயிரோடு இருக்கிற மீனை வாங்க மாட்டான். ராகுல சாங்கிருத்தியாயன் இதை ஓரிடத்திலே எழுதியிருக்கிறார். அவர்களுக்குப் புலால் கொடுக்கக் கூடாது என்பதற்காகத்தான் இந்த விரதமே. அமாவாசை, பௌர்ணமி விரதமெல்லாம் அவங்ககிட்ட இருந்து வந்ததுதான். சில பகுதிகளிலே நஞ்சை நிலங்கள் அதிகமுள்ள திருநெல்வேலி மாதிரிப் பகுதிகளிலே அமாவாசை, பௌர்ணமி அன்றைக்குப் பழைய சோற்றுப் பானையிலே கையை விட மாட்டார்கள். பிச்சைக்காரன் வந்தாலும் இன்னைக்கு அமாவாசை பழைய சோற்றுப் பானைக்குள் கைய விடமாட்டேன் என்பார்கள். வந்த துறவிகளுக்குப் பழைய சோறு போடுவதில்லை.

கீரை வகைகள் ஏழை மக்களுக்கானது என்ற வழக்கம் எப்போது தோன்றியது? விருந்தாளிகளுக்கு பாகற்காய், பயறு வகைகள், அகத்திக் கீரை போன்றவற்றை ஏன் சேர்ப்பதில்லை?

அது புராதன நம்பிக்கை. எல்லாச் சமூகத்திற்கும் உண்டு. பாவக்காய் கசப்பு என்பதினாலே, விருந்தாளிகளுக்குக் கசப்பு கொடுக்கக்கூடாது. கீரை என்பது, வறுமையினுடைய சின்னமாகக் கருதப்பட்டது. வேறு எந்தக் காய்கறியும் வாங்கப் பணமில்லாதபோது கீரையை உணவாகக் கொண்டார்கள். சங்க இலக்கியத்திலேயே ஒரு பதிவு இருக்கு,

குப்பை வேளை உப்பிலி வெந்ததை

மடவோர் காட்சி நாணிக் கடையடைத்து

இரும்பேர் ஒக்கலொடு ஒருங்குடன் மிசையும்
அழிபசி வருத்தம் வீடப்பொழிகவுள்
தறுகண் பூட்கைத் தயங்குமணி மருங்கின்
சிறுகண் யானையொடு பெருந்தேர் எய்தி
யாமவன் நின்றும் வருதும்...''

(இடைக்கழி நாட்டு நல்லூர் நத்தத்தனார், சிறுபாணாற்றுப்படை—
அடி.129—143)

என்று ஒரு செய்தி வருகிறது. வறுமை காரணமாகக் கீரையை உணவாக்கி உண்டார்கள். கீரை வறுமையின் சின்னம் என்பதனால் அதை விருந்தாளிக்குக் கொடுப்பதில்லை.

நா.வானமாமலை

நன்றி:தமிழ்மணம்

ஆளுமைகள்

திராவிட நாகரீகத்தை சர்வதேச அளவிற்கு எடுத்துச் சென்றதில் தனிநாயகம் அடிகளுக்கு ஒரு பங்கிருக்கிறது. தனிநாயகம் அடிகள் பற்றிய தங்களுடைய பார்வை?

தனிநாயகம் அடிகள் யாழ்ப்பாணத்து தமிழர். கத்தோலிக்கத் துறவி என்பதனாலே பல நாடுகளுக்குச் செல்வதற்கு அவருக்கு வாய்ப்பு கிடைத்தது. அவர் அண்ணாமலை பல்கலைக்கழகத்திலே படித்தவர். தமிழ் இயக்க உணர்வுகள் அரும்பி வளர்கிற காலத்திலே படித்தவர். எனவே இந்த உணர்வுகளோடு அவர் வெளிநாடுகளுக்கு சென்றார். தொன்மையான தமிழ் மொழியை உலகெங்கும் கொண்டு சேர்க்கும் பொருட்டு விடாத முயற்சியோடு செயல்பட்டவர். அந்த வகையிலே அவர் நன்றிக்குரியவர். அவர் நெல்லை மாவட்டத்திலே வேலை செய்திருக்கிறார். தூத்துக்குடியிலும், திசையன் விளையிலும் தமிழாசிரியராகப் பணிபுரிந்திருக்கிறார். அவரோட நூற்றாண்டு விழா சமீபத்தில் கொண்டாடப்பட்டது. நான் அந்த மலர்க் குழுவிலே இருந்தேன். தனிநாயகம் அடிகளைப் பற்றிய புத்தகம் இங்கே இருக்கு.

வானமாமலை அவர்களைப் பற்றிய உங்க மதிப்பீடு?

மார்க்சியம் என்பது புத்தகம் சார்ந்தது. புரியாத மொழியிலே பேசுறது என்பதைத் தாண்டி கள ஆய்வுக்குப் போனாரு. ஒரு மாணவர் கூட்டத்தை உருவாக்குனார். ஆ.சிவசுப்ரமணியன் போன்றவர்கள் அவருடைய மாணவர்கள். காத்திரமான பங்களிப்பு செய்தவர். ஆராய்ச்சி இதழ் மூலமாகத்தான் அவர் பங்களிப்பு. 5ரூ ஆராய்ச்சி இதழ் தொடங்குறபோது மணி அண்ணனிடம் சந்தா கேட்குறபோது நான்கூட இருந்தேன். இரண்டு தெரு தாண்டி பக்கத்திலேதான் குடியிருந்தார். அவர்தான் ஆய்வுக்கு உட்படாதுன்னு சொன்னவைகளை எல்லாம் ஆய்வுக்கு உட்படுத்தியவர். தமிழின் ஆய்வின் எல்லைகளை விரித்துக்காட்டிய மார்க்சிய அறிஞர்.

திருவள்ளுவரைத் தமிழர்களின் முக்கியமான ஆளுமையாகப் பார்க்கிறார்கள். ஆனால், வள்ளுவரின் கள்ளுண்ணாமை, புலாலுண்ணாமை, துறவு என மூன்றும் தமிழர்களிடம் தோற்றுப் போனதற்கான அடிப்படைக் காரணம் என்ன?

‘தமிழ்த் தேசிய உருவாக்கம்’னு ஒன்று 19—ஆம் நூற்றாண்டிலே அரும்புகிறபோது அதற்குத் திருக்குறள் உதவி பண்ணுச்சு. தமிழ்த் தேசிய உருவாக்கத்திற்குத் திருக்குறளின் பங்கு குறித்து எழுதியிருக்கிறேன். அதுவரைக்கும் திருக்குறளுக்குப் பெரிய மரியாதை கொடுக்கல. திருக்குறளை எல்லோரும் கற்றுக் கொள்ளவில்லை.

திருக்குறளைப் படிச்சாங்க. பாதுகாத்தாங்க. திருவள்ளுவருக்கு இன்னைக்கு இருக்கிற பெயர், 133 அடிக்கு சிலை வைக்கிற எண்ண மெல்லாம் அப்ப இல்ல. காரணம் இந்த மூணுலயும் திருவள்ளுவர் தோத்துப் போயிட்டார். இன்னைக்கு வரைக்கும் தோத்துப் போயிட்டார். முப்பது திருக்குறள்தான் ஒத்துக்கொள்ளலாம்னு ஜி.டி.நாயுடு சொன்னார். பதினைந்துதான் ஒத்துக்கலாம்னுவாரு பெரியார்.

திருக்குறளைக் கடுமையான வார்த்தைகளால விமர்சனம் செய்தவர் பெரியார். ஆனாலும் வள்ளுவரைப் பாராட்டுகிறோம் ஏன் தெரியுமா? அந்தக் காலத்திலேயே ‘பிறப்பொக்கும் எல்லா உயிர்க்கும்’னு சொல்றதற்கு தைரியம் வேணுங்க. எல்லோரும் சொல்ல முடியாது. சொன்னார். சமண கோட்பாட்டின் நீதி. எல்லா உயிர்க்கும்னா ஆறறிவு, ஐந்தறிவு, நாலறிவு எறும்பு உயிரும், மனித உயிரும் வேறு வேறு அல்ல. எல்லா உயிர்களுக்கும் இருப்பதற்கான தகுதி இருக்கிறது.

திருக்குறள் சமணச் சார்புடைய நூல் என்று நீங்கள் சில இடங்களில் குறிப்பிட்டு உள்ளீர்கள். சைவ சித்தாந்தவாதிகள் முழுக்க முழுக்க சைவச் சார்புள்ள நூல்னு சொல்றாங்க...

சைவத்துக்கும் வள்ளுவருக்கும் உள்ள பெரிய உடன்பாடு புலால் உண்ணாமை. இன்னைக்கு சைவர்கள் புலால் உண்ணாமையைக் கைவிட்டுவிட்டார்கள். திருவள்ளுவரையும் சீக்கிரம் கைவிட்டு விடுவார்கள். மதத்தை அடையாளப்படுத்துவது உயிர், உடம்பு, உலகம். இதை ஒரு மதம் எப்படிப் பார்க்கிறது. இணைகாலங்கிற சைவக் கோட்பாடும் வள்ளுவருடைய கோட்பாடும் ஒன்றாக வரும். அதனால வள்ளுவரை சைவர்னு சொல்றாங்க. திருக்குறள், வள்ளுவர் மாதிரி ஒரு பேராளுமை எங்க சைவந்தான்னு சொல்லிக்கிறது. ‘அமைச்சர் எனக்குச் சொந்தக்காரர்’ என்கிற மாதிரிதான் வள்ளுவர் சைவச் சார்புள்ளவர்னு சொல்றது.

திருக்குறள் சமணச் சார்புள்ள நூல் என்பதற்கான தரவு என்ன?

பௌத்தத்துக்கும், சமணத்துக்கும் உள்ள வித்தியாசம். பௌத்தம் செத்த மீனை சாப்பிடலாம்னுது. வள்ளுவர் சாப்பிடக் கூடாதுங்கறார்.

தினற்பொருட்டால் கொல்லாது உலகெனின் யாரும்
விலைப்பொருட்டால் ஊன்தருவார் இல்.

நீ ஆட அறுக்கல. ஞாயிற்றுக்கிழமை 10 மணிக்கு நீ கறி வாங்க வருவேன்றதுக்காகத்தான் அவன் 6 மணிக்கு ஆட அறுத்தான். கொல்லுவதும் தப்பு, தின்னுவதும் தப்பு, வள்ளுவரோட கோட்பாடு. சமணத்தின் உயிரான கோட்பாடே அதுதான்.

படை, குடி, கூழ் இதுல படைய முதல்ல சொல்றாரே வள்ளுவர்

அரசு உருவாக்கக் காலத்தைச் சேர்ந்தவர் திருவள்ளுவர். எனவே அரச உருவாக்கச் சிந்தனையின் தாக்கம் வள்ளுவர்ட்ட இருந்துச்சு. நம்மைப் போன்ற அறிவுஜீவிகள் தேசம் என்றால் மக்கள் என்கிறோம். வள்ளுவர்படை இருந்தால்தான் அது நாடு அப்படிங்கறார். படை, குடி, கூழ் அப்படிம்பாரு. நாம இந்த வரிசை முறையை இப்ப ஒத்துக்கொள்ள மாட்டோம். படையைக் கடைசியா கொண்டுபோறோம்.

சித்தர் இலக்கியம்

சித்தர் இலக்கியத்தைக் 'கலகக்குரலாக' பார்க்கலாமா? சங்க இலக்கியத்தில் கடவுள் மறுப்பு நூல்கள் குறித்து...

அரசு அதிகாரம் சாராமல் மறுப்பு நூல்கள் வந்துட்டே இருக்கும். இந்தப் பிறவியில் செய்தது அடுத்த பிறவியில சொர்க்கத்துல உனக்கு புண்ணியமாப் போகும்ன்றது ஒரு கருத்தோட்டம். இது சுத்தமான வைதீக ஆரியக் கருத்தோட்டம்.

இம்மைச் செய்தது மறுமைக்கு ஆம்

எனும்அற விலை வணிகன் ஆஅய்

அல்லன்;

பிறரும் சான்றோர் சென்ற நெறி என,

ஆங்குப் பட்டன்று, அவன் கைவண்மையே.

என சங்க இலக்கியத்திலே ஒரு மறுப்பு இருக்கு. இந்த மாதிரி கருத்துகள் வந்துட்டேதான் இருக்கும். சித்தர்கள் தமிழ்நாட்டில் உதிரி உதிரியாகப் போனார்கள். அவங்க நிறுவன எதிர்ப்பாளர்கள் (Anti Establishment). ஆனா கர்நாடகத்துல அவங்களே ஒரு Establishment ஆகி, அப்புறம் பசுவேசர் வீரசைவம் அங்கேயிருந்துதான் வருது. தமிழ்நாட்ல அப்படி இல்ல. தமிழ்நாட்ல அவங்க Anti Establishment. செண்பகா பதிப்பகத்தோட சித்தர் பாடல்களுக்கு ஒரு முன்னுரை எழுதியிருக்கிறேன் படிச்சுப் பாருங்க.

சித்தர் காலத்தை எப்படி வரையறை செய்வது?

13ஆம் நூற்றாண்டுல இருந்துதான் வரையறுக்க முடியும். 13ஆம் நூற்றாண்டுக்கு முன்னாலேயே சித்தர் பாடல்களுக்கான வேர் இங்கே இருக்கு. இஸ்லாமிய படையெடுப்பை ஒட்டி நிறைய சூஃபி ஞானிகள் கூட வர்றாங்க. தமிழ்நாட்ல இஸ்லாம் வாளோடு பரவல. சூஃபி பிரச்சாரம் மூலமாத்தான் இஸ்லாம் பரவியது.

இஸ்லாமிய படையெடுப்பால் சித்தர் மரபு முற்றாக அழிக்கப்பட்டது என்று கூறுகிறீர்கள். இஸ்லாமிய படையெடுப்பு இல்லாதிருந்தால் தொழிற் புரட்சிக்கான வித்து தமிழ்நாட்டில் ஊன்றப் பட்டிருக்கும் எனத் தாங்கள்

எதன் அடிப்படையில் நம்புகிறீர்கள்? எந்த மாதிரியான தொழிற்புரட்சி ஏற்பட்டிருக்கும்?

சித்தர்கள் வந்து விஞ்ஞானத்தின் ஒரு பகுதியாகிய அல்கமியோடு தொடர்புடையவர்கள். அதாவது இரசவாதத்தோடு. இங்கே இஸ்லாமிய படையெடுப்பு வந்ததனால கோயில்கள் தாக்கப்பட்டன. அது உண்மைதான். ஒரு பத்து கல்வெட்டாவது தமிழ்நாட்ல இருக்கு. ஒட்டிய கலாபம், துளுக்க கலாபம், இக்கோயில் துளுக்கவானத்து இரங்கல்பட்டுன்னாலம் கல்வெட்டு இருக்கு.

ஒட்டு மொத்தமா எல்லாம் அழியப்போகுதுன்ற அவநம்பிக்கையை சமூகத்தில் உருவாக்கிருச்சு. அதனால சித்தர்கள் எல்லாம் மறுபடியும் காட்டுக்கு போயிருப்பாங்கன்னு நினைக்கிறேன். ஏன்னா அவங்க எல்லாமே அலைந்து திரியும் பண்பு கொண்டவர்கள். இருந்திருந்தா இரசவாதத்தின் விளைவாக ஏதேனும் நடந்திருக்கலாம் என்று நான் எண்ணுகிறேன். அதற்கான எல்லா சூழல்களும் இங்கிருந்தன. சோழ, பாண்டிய அரசுகளோட அரசு அதிகாரத்தின் கொடுமைகளை எல்லாம் தமிழர்கள் அனுபவிச்சுட்டாங்க.

சித்தர்கள் காலத்திற்கு முன்பு அவர்களின் கடவுள் மறுப்பு, நாத்திக தத்துவ மரபு எவ்வாறு இருந்தது?

இல்லாம இருக்காதுங்க. பட்டநாகருடைய ரிசு கீதைன்ற ஒரு அத்வைத நூல்லயிருக்கு. அத்வைதமே மறைமுகமாக நாத்திகம்தான். அத்வைதம் ஆத்திகம் அல்ல. அதனாலதான் சங்கராச்சாரியார் யாருக்கும் திருநீறு எடுத்துக் கொடுக்க மாட்டார். நாத்திகக் கருத்துகள் இங்க மணிமேகலைல இருக்கு. நீலகேசில இருக்கு. கடவுள் என்ற பொருள் இல்லை என்கிற குரலும் இருக்கு. கடவுள் என்ற ஒரு பொருள் இருக்க முடியாது, இருக்க இயலாது என்ற குரலும் இங்க இருக்கு.

தமிழர்களுடைய தத்துவ மரபுன்னு எதையாவது வரையறுக்க முடியுமா?

அவைதீக மரபுதான் தமிழர்களோட தத்துவ மரபு. எல்லா வற்றையும் Centralised *பண்றது, ஒரு குவிநிலைக்குக் கொண்டு வருவதுன்னு இல்லாம, இப்ப* Post Modernism *சொல்றாங்கல்ல.* Valantine Danial *எழுதின* FLUID SIGNS *என்ற புத்தகத்துல இருக்கு. எதுவுமே கெட்டிப்படுத்தப்பட்ட திடமான பொருளாக இல்லை. எல்லாமே திரவ நிலையில்தான் இருக்கு.*

அதுதான் நாட்டார் மக்கள் கருத்துலயும் இருந்துச்சு. அதனாலதான் எல்லாவற்றுக்கும் விதிவிலக்கு வச்சான். ஐயப்பன் கோயிலுக்கு மாலை போட்டுருந்த அந்த விரதம் ரொம்ப கடுமையா இருக்கும். வீட்டுக்குள்ளயே அது உண்டு. பெற்ற தாயே மாலை போட்டவர

சாமின்னுதான் கூப்பிடணும். அவ்வளவு கடுமையான விரதம். மாலைய கழட்டக் கூடாதுன்னுலாம் இருக்கு. ஆனா, தாயார் இறந்துபோனா என்ன பண்றது? கழட்டிரலாம். விதிவிலக்கு. விதிவிலக்குன்றதே FLUID SIGNS தான். எல்லா கடுமையான விதிகளுக்கு அப்பாலும் FLUID SIGNS இருக்கு.

பத்து மணிக்குப் பள்ளிக்கூட வாசல அடச்சுருவாங்க. அதற்கப்புறம் நாலு மணி வரைக்கும் திறக்க மாட்டாங்க. ஆனா, ஒரு பையன் மயக்கம் போட்டு விழுந்துட்டான்னா என்ன பண்ணுவாங்க. திறந்து வெளிய கொண்டு போவாங்க. Fluidதான் எதுவுமே Staticஇல்ல. இந்த கருத்தோட்டம்தான். தமிழ் வாழ்வியல் கருத்தோட்டமாக இருந்தது. தத்துவப் பள்ளிகள் என்று எதுவும் இல்ல. பள்ளி என்பதே நம்மட்ட பௌத்தப் பள்ளிதான். அவங்களும் இங்க இல்ல. காஞ்சிபுரத்துல இருந்த ஜின்நாதர் வந்து Jain philosopher அவர் நாளந்தா போயிட்டார். ஆச்சார்ய தம்மகீர்த்தி ஒரு பௌத்த தத்துவஞானி. அவரு காஞ்சி புரத்துல இருந்தார்னு நினைக்கிறேன். இங்க School of Thought எதுவும் தமிழ்நாட்ல இல்ல.

தமிழ் இசை மரபு குறித்து...

நிறைய எழுதியிருக்காரு மம்மது. மம்மதுவோட 'இழை இழையாய் இசைத் தமிழ்'னு ஒரு புத்தகம் இருக்கு. அவர கேட்டீங்கன்னா மூன்று நாள் இதப் பத்திப் பேசுவாரு. அவருடைய தமிழிசைப் பேரகராதி பார்த்திருக்கீங்களா?

அரசியல் ரீதியாகத் தெலுங்குக் கீர்த்தனைகள் முன்வந்ததற்கான காரணம்?

அரசர்களை மகிழ்விப்பதற்காகத்தான் இசை வளரும்போது, யார் அரசதிகாரத்தோடு நெருக்கமா இருந்தாங்களோ அதுல தெலுங்கன் ஜெயிச்சுட்டான். தமிழன் தோத்துட்டான். தெலுங்கு அரசு வந்த பிறகு தான் இதெல்லாம் நடந்தது. மலையாளியவிட, கன்னடத்துக்காரன விட, தெலுங்குக்காரங்க இசைல நாட்டமுடையவங்க.

கல்வி

நவீனக் கல்வி தமிழ்ச் சமூகத்தோடு ஒத்துப் போகாமத்தான் வருது. ஆனால், சங்க இலக்கியக் காலத்துல கல்வி எப்படியிருந்தது?

அதுபற்றி விரிவாகத் தனிநாயக அடிகளார் தனிப் புத்தகமா Educational thoughts in Tamilnadu *எழுதியிருக்கிறார்.*

பார்ப்பனர்களோட குருகுலக் கல்வி நம்ம தமிழ்ச் சமூகத்துல எப்படி வருகிறது?

குருகுலக் கல்விதான் இங்கயும் இருந்தது. என்ன, கொடுமையான விசயம்னா அந்தக் குருகுலத்திலேயும் சாதி தொழிற்பட்ட காரணத்தால் அந்த கல்வி ஒரு திடமான இடத்துக்கு வர முடியாம போயிருச்சு. குருகுலத்துல ஆசிரியர் வீட்லயே மாணவர் தங்கினாங்க. அது உண்டு உறைவிடப் பள்ளி (Resitential School) *மாதிரி ஆசிரியர் வீடு இருந்துச்சு.*

ஆனால், சாதி வேற்றுமை கருதாத பள்ளிக்கூடமா அது இருக்க முடியல. வெள்ளக்காரன் வந்து கிறித்துவத்துக்கு மாறுன பிறகு கூட பாளையங்கோட்டைல சாதி வேற்றுமை காரணத்தால ரெயினீஸ் தொடங்குன முதல் பள்ளிக்கூடம் ஓராண்டு காலம் மூடப்பட்டது. இவ்வளவுக்கும் நாடார்கள் பிள்ளைகளோட வெள்ளாளப் பிள்ளைகள் சாப்பிட மாட்டேன்னு சொல்லிட்டாங்க. ரெயினீஸ் பள்ளிக்கூடத்த மூடப்போறேன்னு சொல்றாரு. மூடுனா மூடிக்கோன்றான். அவரும் மூடிட்டார். அப்புறம் போய்க் கெஞ்சி ஒரு ஆண்டு, இரண்டாண்டுக்குப் பிறகு அந்தப் பள்ளிக்கூடம் திறக்கப்பட்டது. ஆசிரியப் பயிற்சிப் பள்ளி. இதே சாதிக் கொடுமை தேவாலயத்துலயும் இருந்துச்சு.

பள்ளி, கல்லூரி என்ற வார்த்தை சமணம் நமக்குக் கொடுத்த கொடையா?

பள்ளின்னா Bed *என்றுதான் அர்த்தம். முதற்பொருள். பள்ளி கொண்டான், பள்ளி கொண்ட பெருமாள்னா என்ன அர்த்தம்? சமணக் குகைத் தலங்கள நீங்க மேல போய்ப் பார்த்தீங்கன்னா* Bed, Bed *—ஆக செதுக்கியிருப்பாங்க கல்லுல. இந்த இடத்துலப் பிள்ளைகள உட்கார வச்சுச் சொல்லிக் கொடுத்தாங்க. ஏன்னா,*

அவங்க நிர்வாணத் துறவிகள். ஊருக்குள்ள வரமுடியாது. சின்னப் பிள்ளைகல்லாம் நிர்வாணம் பெரிய விசயம் ஒன்றும் இல்ல. கற்படுக்கை மீது அமர்ந்து படிச்சதால 'பள்ளிக்கூடம்'னு ஆச்சு. கல்லூரி என்பது திவாகர நிகண்டுலயே அந்தச் சொல் இருக்கு. 9—ஆம் நூற்றாண்டில் "கல்வியூறி கல்லூரியாகும்" என்ற சொல் திவாகர நிகண்டுலேயே இருக்கு. உயர்கல்வி நிலையமாகக் கல்லூரி என்ற வார்த்தை பயன்படுத்தப்பட்டிருக்கு. அது கோயில்கள் பிரகாரங்கள் இருந்ததால தேவார சுற்றாலைக் கல்லூரின்னு சோழர் கால கல்வெட்டுக்கள் இருக்கு. கற்கக்கூடிய இடம்னு வருது. சமய நூல்களைக் கற்கக்கூடிய இடம்னு வரும். உயர்கல்வி நிலையமென்ற பொருளிலும் வருது.

கல்வி குறித்துப் பேசும்போது, பொருள்முதல்வாதம் குறித்தான கருத்தோட்டம் தமிழிலக்கியங்களில் இருக்கா?

தாராளமா இருக்கே.

மண் திணிந்த நிலனும் நிலம் ஏந்திய விசும்பும்

விசும்பு தைவரு வளியும்தீ முரணிய நீரும்

என்றாங்குஐம்பெரும் பூதத்து இயற்கை போல

என்ற தொல்காப்பிய வரி பொருள்முதல்வாதம் குறித்தே பேசுகிறது. புறநானூற்றுல ஒரு பாட்டு இருக்கு. உலகமே இந்த ஐந்துல அடங்கும். பேராசிரியர். நா.வானமாமலை இதைப் பற்றி நிறைய எழுதியிருக்கார்.

மொழி

அயல் மொழிகளின் கலப்பால், தமிழின் பேச்சு வழக்கு சிதையுமா? அதனால் தமிழ் மொழி பாதிப்படையாதா?

கலப்பு எப்பொழுதுமே நல்லதுதான். மொழிக்கலப்பு, இனக்கலப்பு எல்லாம் நல்லதுதான். தமிழ்மொழியின் வேர்களைக் கெடுக்கிறார் போல அது வந்துவிடக்கூடாது என்பதுதான் மிகவும் முக்கியம். தமிழ் ஒலிமுறைக்கு எதிரான சொற்களை வேண்டுமானால் கழிக்கலாம். நாவல் என்ற சொல்லைக் கழிக்க வேண்டாம்னு நான் நினைக்கிறேன். நாவலோ நாவல் என்று தூரத்திலே இருப்பவரை அழைப்பதற்கு இந்த ஒலியைப் பயன்படுத்தியிருக்கிறார்கள். நாவல் — புதினம் என்று தமிழ்ப் படுத்தணும்னு நான் நினைக்கல. Fluid— *ஆக வச்சுக்கலாம். ரொட்டிய எப்படி புழங்குகிற பெண்கள்கிட்ட கொண்டு போறது. வாழ்நிலை ரொம்ப மாறிப்போச்சு. ரொட்டி ரொட்டியா இருக்கட்டும். இருந்தா ஒண்ணும் கெட்டுப்போகாது.*

(மேயர் — மேயர் மேலாண்மையைக் குறிக்கக்கூடியது தமிழ்லயே இருக்கு. 'யர்' விகுதியா வச்சு மேயர். மேலானவர்னு வச்சுக்கலாம்)

ஆங்கில மொழி ஈர்ப்பு, ஆங்கில வழிக் கல்வி குறித்த அச்சத்தை எப்படிப் பார்க்கிறீர்கள்?

அச்சம் நியாயமானதுதான். ஏனென்றால் சீட்டுக்கட்டுகளுடைய எண்ணிக்கைப் பற்றி சொல்லிக் கொண்டிருந்தேன். என்னுடைய பேத்தி வந்து இது 52. ஜோக்கர் 3 அப்படின்னு. என் பேத்தி Tell English *அப்படின்னா.* Fifty two + three-*ன உடனே* Fifty five—*ன்றா. இது மோசமானது. தாய்மொழி வழிக்கல்வி மறுக்கப்படும்போது கலாச்சார ரீதியா நுட்பமான வேர்களை அறுத்துவிடும். அதுதான் அதுல உள்ள ஆபத்து. அதனாலதான் மாற்று மொழியில் கல்வி பயில்வதை எதிர்க்கிறோம். ஆங்கிலம்னு இல்லை, தெலுங்கிலோ, மலையாளத்துலயோகூட நாம கல்வி பயில முடியாது.*

தமிழர்கள் பெயர் சூட்டும்போது பெரும்பாலும் சாய் கிருஷ்ணா, ஸ்ரீ என்கிற மாதிரியான முன்னொட்டுகள், பின்னொட்டுகள் வருவதற்கான காரணம் என்ன?

ஊடகங்கள் உருவாக்கிய போலி மரபு. வட ஒலி கிரந்த எழுத்துக்களால் எழுதப்படுகிற ஒலி. ஶ்ரீ என்பதோ, ஸ் என்பதோ, ஜ் என்பதோ இருந்தால் அந்தப் பெயர் நாகரீகமான பெயர் என்று கருதுகிறது. பெயரிடுவதற்குப் புராதன இறந்துபோன மூதாதையர்கள் திரும்ப வருகிறார்கள். பெயரன் என்ற சொல்லுக்கே மீண்டு வந்தவன் என்றுதான் அர்த்தம். மானுடவியல் ரீதியாக இது கொஞ்ச நாளைக்குத் தற்காலிகமானது. வடமொழி மோகமும், வடமொழி ஒலி மோகமும். தமிழ்ச்செல்வன்கிற பேரை எல்லாச் சாதியிலேயும் வைக்கிறார்கள். சாதி வேற்றுமை, மத வேற்றுமை கடந்து செல்கின்ற பேரை எல்லாரும் இடுகிறான்.

சுற்றுச்சூழல்

சுற்றுச்சூழல் பேசக்கூடிய சுற்றுச்சூழல்வாதிகள் மொழியை அதில் கலக்கக் கூடாது என்கிறார்களே?

எல்லாமே ஒன்றோடு ஒன்று தொடர்புடையதுதான். விடலைப் பிள்ளை. இளமையைக் குறிக்குற விடலைன்ற சொல்ல எப்படித் தவிர்ப்பீங்க? நீண்ட பாரம்பரியம் உடையமொழி. மொழில அந்த மாதிரி விஷயங்களத் தேடி எடுத்துக் களைவது சாத்தியமே இல்ல. பிள்ளையப் பூ போல எடுன்றாங்க. கிழவன் பழுத்த பழமா உட்கார்ந்திருந்தார்ன்றாங்க. அந்தப் பொண்ணு வஞ்சிக்கொடின்னு பாட்டெழுதுறார். எல்லாமே இயற்கை சார்ந்ததுதான். மனித உடல்னு அடையாளப்படுத்தும்போது உடம்பு சருகா போச்சுங்கறான்.

நுனி நாக்கு ஆங்கிலத்துல பேசும் சுற்றுச்சூழல் என்பது மேட்டுக்குடி சார்ந்த விசயமா இருக்கும்போது, தமிழ்ல அது பற்றி...

சுற்றுச்சூழல்ங்ற சொல் துண்டு துண்டாவாவது தமிழ்ல இருக்கு. நம்ம சூழ்நிலை சரியில்ல. அவன் சூழல் சரியால்ல. சுற்றுச் சுவர்ங்கறாங்க. அப்புறம் என்ன? இயற்கையோடு நன்றி கொண்டிருந்த சமூகம், இயற்கையை ரொம்ப மதிச்சுருக்கு. பச்சை மரத்துக்கு கீழ நின்று பொய் சொன்னா மரம் கருகிறும் என்று நம்புன சாதி. அந்த அளவுக்கு வாழ்க்கையோடு இயற்கையைப் பிணைத்துக் கொண்டவர்கள். பாவம். நிறைய மழை போனா மழை பெய்யாதுங் கிறதுதான் எண்ணம்.

இயற்கை வளச்சுரண்டல். அதாவது ஆறு, மணல், மலை இவைகளை அழிப்பது. இந்த நிலைமைக்கான காரணம் என்ன?

பன்னாட்டு நிறுவனங்களும், அவர்களின் அடிமைகளாகிய இந்திய அரசியல்வாதிகளும்தான். பன்னாட்டு நிறுவனங்களின் அடிமைகள்தானே இந்தியா? சோறும் நீரும் விற்பனைக்கல்ல என்பதே நம் தமிழரோட மரபு. அப்படியில்ல எதை வேண்டுமானாலும் விற்கலாம்னு அவன் நினைச்சுட்டான்.

சங்க இலக்கியத்துல அறுபத்தி மூணு வகையான பறவைகளைக் குறிப்பிட்டுருக்காங்க. அதுல 22 நீர்வாழ் பறவைகள் இருக்குன்னு சொல்லப் படுகிறதே?

அறுபத்திமூன்று இல்ல. நிறைய இருக்குங்க. த.வி. சாம்பசிவம் பிள்ளையினுடைய அகராதியப் பாருங்க. தமிழ்ப் பல்கலைக்கழகத்துல ஜான் பிரிட்டோ புத்தகம் பாருங்க.

தமிழருக்கும் இயற்கைக்குமான உறவு, பக்தி இலக்கிய காலத்திற்குப் பிறகு கொஞ்சம் கொஞ்சமா அறுபடுது. இதற்கான காரணம்...

150 ஆண்டுகால காலனிய ஆட்சில நம்முடைய குவாலிட்டியை முழுக்க இழந்து போனோம். செல்வங்களை இழந்து போனால் பராவாயில்லை. நெல்லை இழந்தா பரவாயில்லை. நெல்லை உற்பத்தி செய்கிற வயலை இழந்தால் கூடத் தாக்குப்பிடிக்கலாம். வயலினுடைய வளத்தன்மையை இழந்தோம். இராசயன உரங்களா போட்டு. இதான் காலனிய ஆட்சியினுடைய மிகப்பெரிய சீர்கேடு.

மூன்றாண்டுகளுக்கு முன்பு பூவுலகின் நண்பர்கள் ஒரு நிகழ்ச்சி நடத்தினபோது அம்பைப் பகுதியில மட்டும் 53 வகையான நெல் வகைகள் இருந்தது. இன்று மூன்று நான்குதான் இருக்கு. அதற்கான சிறப்பு. வேறு பகுதிகள் குறித்து...

எனக்கு இதுதான் தெரியும். இதச் சொன்னேன். நெல் பத்தி ஒரு கட்டுரை எழுதியிருக்காரு மரைக்காயர் செந்தமிழ்ல. நான் இளையான்குடி கல்லூரியில பணிபுரியும்போது ‘நெல்’ என ஒரு புத்தகம் போட்டோம். அதுல அந்தக் கட்டுரைய நானும் ஷாஜகான்றவரும் எழுதுனோம். அதுல அவரு என்னன்ன நெல்லெல்லாம் இருந்துச்சுனு எழுதுவாரு. நான் கேள்விப்பட்ட நெல் பெயர்கள் எல்லாம் எங்கக்கா அம்பாசமுத்திரம் வீரவநல்லூர், அவ சொல்லிக் கேட்டதுதான்.

பசுமை நடை, இன்னீர் மன்றல் விழாவுல பேசும்போது சிலப்பதிகாரம் குறித்துப் பேசியது பற்றி...

குறைந்தது 5000 தாவரப் பெயர்களாவது சிலப்பதிகாரத்துல இருக்கு. சிலப்பதிகாரம் மொத்தமே 5001 அடிதான். அதுல 5000 தாவரப் பெயர்கள எழுதியிருக்கார். தாவரங்களுக்கு அவர் தருகிற மதிப்பு இருக்குல்ல, முன்னொட்டுகளைப் பார்த்தாலே அற்புதமா இருக்கும். தாவரங்களை அடையாளப்படுத்துகிற முறை மிக அருமையா இருக்கும். உதாரணமா மதுரைக்கு கோவலன், கண்ணகி வரும்போது வைகையாற்றில் மிதந்து வருகிற பூக்களைப் பார்த்து இளங்கோவடிகள் பெரிய பட்டியல் கொடுப்பார்.

குரவமும் வகுளமும் கோங்கமும் வேங்கையும்

மரவமும் நாகமும் திலகமும் மருதமும்

சேடலும் செருந்தியும் செண்பக ஓங்கலும்

பாடலம் தன்னொடு பன்மலர் விரிந்து

குருகும் தளவமும் கொழுங்கொடி முசுண்டையும்

விரிமலர் அதிரலும் வெண்கூ தாளமும்

குடசமும் வெதிரமும் கொழுங்கொடிப் பகன்றையும்

பிடவமும் மயிலையும் பிணங்கரில் மணந்த

கொடுங்கரை மேகலைக் கோவை யாங்கணும்

மிடைந்துசூழ் போகிய அகன்றேந் தல்குல்

என்று ஒரு பெரிய பட்டியல் கொடுப்பார்.

அதச் சொல்லிட்டு அத இலக்கியத்தோடு இணைப்பதைப் பார்க்கணும். அத கோவலனும், கண்ணகியும்

புண்ணிய நறுமல ராடை போர்த்துக்

கண்ணிறை நெடுநீர் கரந்தனள் அடக்கிப்

புனல்யா றன்றிது பூம்புனல் யாறெனா

அனநடை மாதரும் ஐயனுந் தொழுது

என்று கையெடுத்துக் கும்பிடுறாங்க. புனல் ஆறல்ல பூ ஆறு. அத இலக்கியத்தோடு தொடர்புபடுத்துகிறார். வைகைப் பெண் இவங்க ஆற்றுக்கு அக்கரைக்குப் போய் இவர்கள் படப்போற கஷ்டம் தெரியுது. அதனால கண்ணீர் மல்கிச் சுரந்தது. அந்தக் கண்ணீரைப் பூவாடை கொண்டு மறைச்சுட்டான்னு சொல்வார் இளங்கோவடிகள்.

கருநெடுங் குவளையும் ஆம்பலும் கமலமும்

தையலும் கணவனும் தனித்துறு துயரம்

ஐயமின்றி அறிந்தன போலப்

பண்ணீர் வண்டு பரிந் தினைந் தேங்கிக்

கண்ணீர் கொண்டு காலுற நடுங்கப்

போருழந் தெடுத்த ஆரெயில் நெடுங்கொடி

வாரலென் பனபோல் மறித்துக்கை காட்டப்

புள்ளணி கழனியும் பொழிலும் பொருந்தி

வெள்ளநீர்ப் பண்ணையும் விரிநீர் ஏரியும்

காய்க்குலைத் தேங்கும் வாழையும் கமுகும்

வேய்த்திரள் பந்தரும் விளங்கிய இருக்கை

அறம்புரி மாந்தர் அன்றிச் சேராப்

புறஞ்சிறை மூதூர் புக்கனர் புரிந்தென்.

என்று சொல்கிறார் இளங்கோவன். கண்ணீரை மறைப்பதற்காகத் தன்மீது பூவாடை போர்த்திப் போகிறாள் வைகைப் பெண். மாதவின்றதே ஒரு தாவரம்தான். மாதவிக் கொடி என்பது குறுக்கத்திச் செடிதானே.

ஐவகை நிலத்திலும் கண்ணகி பயணம் செய்கிறாளே?

ஆமா, இளங்கோவடிகள் ஐவகை நிலத்தாவரங்களையும் பதிவு பண்ணிடுறார். கதையும் அதுக்குத் தகுந்தாப்ல இருக்கு. நெய்தல் தொடங்கி மருதம் வந்து முல்லை வந்து குறிஞ்சிக்குப் போய் சேர்றா. இப்படி எல்லா வகையான நிலப்பரப்பும் அந்தக் கதைக்குள்ளயே வருது. இளங்கோவடிகள் கள ஆய்வு செய்துதான் எழுதியிருக்கிறார். அவர் சொல்றாரு காவேரி Cross பண்றாங்க ஸ்ரீரங்கம் தாண்டி, உறையூர் நொச்சிக்காட சொல்றாரு. நொச்சிக்காடுன்னு சொல்றாரே அங்க ஒரு காடு இருக்கு. கொடும்பாளூர் சொல்றாரு. இன்னமும் இருக்கு.

கொடும்பாளூர் அந்தக் காலத்துல பெரிய நகரமா இருந்திருக்கும். கொடும்பை, நெடுங்குளம், கோட்டகம் அதாவது கொடும்பாளூர்ல நெடுங்குளம் இருந்ததையும் சொல்றாரு. நீளமான குளம். அந்தக் குளம் இன்னமும் இருக்கு. மதுரைக்கு மூன்று வழின்னு சொல்றாரு. திண்டுக்கல் வழியா வாறது ஒண்ணு, மணப்பாறை வழியா வாறது ஒண்ணு, மேலூர் வழியா வாறது ஒண்ணு. சிலப்பதிகாரம் முழுக்க முழுக்க ஒரு பயண நூல். 'சிலம்புப் பயணங்கள்' என்று ஒரு நூலே எழுதியிருக்கார் பஞ்சாங்கம். சிலப்பதிகாரத்திலுள்ள எல்லா பாத்திரங்களும் பயணம் பண்ணிக்கிட்டே இருப்பாங்க. கண்ணகி பயணம், கோவலன் பயணம், கவுந்தியடிகள் பயணம், மாடல மறையோன் பயணம், செங்குட்டுவன் பயணம், கண்ணகி தனியா மதுரையிலிருந்து பயணம், பராசரர்னு ஒரு பார்ப்பான் தெற்கே குமரியாடி வரும்போது திருத்தங்கல்ல எதிர்கொள்றான். அது ஒரு பயணம். இப்படி நிறைய பயணங்கள் வரும் சிலம்பில்.

சிலப்பதிகாரத்துல பயணங்கள்னே ஒரு நூல் எழுதுமளவிற்குப் பயணம் செய்யும் பாத்திரங்கள் இருக்கு. அதுவே பெரிய Culture இல்லையா?

கடவுளுக்குத் தாவரங்களை, குறிப்பா பூக்களை மலர்மாலையாக அணிவதற்கான காரணம் என்ன?

Fresh—ஆ ஒண்ணு சொன்னா அது பூதான். அன்று பிறந்தது. வம்ப மலர்ம்பான் இலக்கியத்துல. வம்புன்னா புதுசுன்னு அர்த்தம். வம்புச்

சண்டைன்னா புதுச் சண்டைன்னு அர்த்தம். தொல்லைன்னா அது பழைய சண்டைனு அர்த்தம். இவன் வம்ப இழுத்துட்டு வந்துட்டாம் போம். புதுசா வர்ற தொல்லைக்கு பேர்தான் வம்பு. வம்ப மலர்னு சொல்வான். புதுசா உள்ளது.

இரண்டாவது பூக்களின் அழகும், மணமும் மனிதனாலே செய்ய முடியாது. 'வனாந்திரங்களில் கிடக்கிற இந்தப் புஷ்பங்களைப் பாருங்கள். சர்வ மகிமையும் உள்ள சாலமன் காணாத உடைகளை அல்லவா அவைகள் உடுத்தியிருக்கின்றன' என்பார் இயேசு. பூக்களுடைய அழகு, மணம், தூய்மை எல்லாத்தையும் சேர்த்துத்தான். அழகும், மணமும், தூய்மையும் உடைய பொருளை மதிக்கிற இறைவனுக்கு கொடுக்கணும்னு சொல்லத்தான் பூக்களைப் பயன் படுத்துறாங்க. இதுக்கு காலவரையறை சொல்ல முடியாது. மனித நாகரிகத்தின் தொடக்கக் காலத்திலிருந்து இதெல்லாம் இருக்கு. ஒவ்வொரு திணைக்கும் ஒரு பூ பயன்பட்டு இருக்கு. இத சனாதன மதத்தால கூட நிராகரிக்க முடியல. சிவபெருமானுக்கு ஊமத்தை, வில்வம். திருமாலுக்கு நம்மாழ்வாருக்குக் கூட மகிழம்பூ.

இதற்கான காரணம்னு எதையாவது குறிப்பிட்டுச் சொல்ல முடியுமா?

இது வெப்ப நாடுங்க. இந்தளவு மலர்களுடைய பெருக்கம் குளிர் நாடுகள்ல இருக்குமான்னு தெரியல. உயிரினப் பெருக்கம் எப்படி அதிகமோ, அதுமாதிரி பயிரினப் பெருக்கமும் அதிகம். இத்தனை வகையான பூக்கள் மேலை நாடுகள்ல இருக்குமான்னு எனக்குத் தெரியல. என்னுடைய தன் அனுபவமா ஒரு விசயம் சொல்றேன்.

நான் ஒரு மாத காலமா கனடாவுல இருந்தேன். நான் பார்த்த பறவையே 2,3தான். வேற பறவையே பார்க்கல. நான் பார்த்த பறவையும் காக்கா மாதிரி, வாத்து மாதிரி இருந்தது. நான் காலைல எழுந்து புகைபிடிக்கிற போது (அங்க வீட்டுக்குள்ள குடிக்கக்கூடாது, வெளியேதான் பிடிக்கணும்). ரோட்டைத் தாண்டி கருப்பு நிறத்துல பெருச்சாளி மாதிரி ஒண்ணு வரும். அப்புறம் பார்த்தா அது அணில். முப்பது நாளா அந்த ஒண்ணத்தான் பார்த்தேனே தவிர, அதோட சோடியக்கூட பார்க்கல. கிடைக்காது. ஏதோ ஒரு இடத்துக்குக் கூட்டிட்டுப் போனாங்க. அங்கதான் ஒரு ஒட்டகம், ஒரு காளை மாட்டைப் பார்த்தேன். வேற உயிர் வகைகளை நான் பார்க்கல. எண்ணிக்கையில ரொம்ப குறைச்சல். அதுமாதிரி பயிர் வகைகள்லயும் எண்ணிக்கை குறைச்சல். பூ வகைகளும் ரொம்ப குறைச்சல். மலர்ந்திருக்கிற பூ வகைகள முப்பது நாளா பார்க்கல. ஆனா தாவரங்கள் நிறைய இருந்தது. அந்த நாடே காட்டுக்குள்ள இருக்கிற மாதிரித்தான் இருக்கு. ஆனா பூக்களப் பார்க்கல. நம்மூர்ல எவ்வளவு பூ. நெல்லை சந்திப்புக்குள்ள இறங்குனா அவ்வளவு பூக்களைப் பார்க்கிறேன்.

சங்க இலக்கியமும் சூழலியல் சார்ந்ததுதானா?

அவங்க வாழ்க்கை அப்படி இருந்ததால அவங்க பாட்ல சூழலியல் சார்ந்த விசயங்கள் நிறைய இருக்கு. அவ்வளவுதான். சூழலியலுக்காக அவங்க பாடல. அவங்க, அவங்க வாழ்க்கை சார்ந்து பாடுனாங்க. அவங்க வாழ்க்கை சூழலியல் சார்ந்து இருக்கு. சங்க இலக்கியத் தாவரங்களே தனி. என்கிட்ட ஒரு மாணவர் முனைவர் பட்டம் பண்ணாரு. Ethnograghy of sangam plantsன்னு. சங்க இலக்கியத் தாவரங்களில் இனவரைவியல்னு 158 தாவரங்களைப் பண்ணாரு.

தமிழ்ப் பல்கலைக்கழகத்துல ஐம்பதோ, ஐம்பத்தையோ தான் பண்ணிருக்காங்க. என் மாணவர் 158 பண்ணியிருக்கார் ஒரே மலைல. தாவரங்கள அடையாளப்படுத்துற முறையிலேயே ரொம்ப அருமையா இருக்கும். கருங்கால் வேங்கை, ஒவ்வொரு தாவரமும் அதன் அடிமரத்தச் சுத்திதான் அடையாளப்படுத்தியிருக்காங்க. நெட்டிலை இலுப்பை, சிறியிலை நெல்லி இப்படி ஒவ்வொரு தாவரங்களை அடையாளப்படுத்துறது விசேசமானது.

நெய்தல் என்னும் பெயரிலேயே ஒரு பூ இருக்கிறதுன்னு மருத்துவர் மைக்கேல் குறிப்பிடுகிறாரே?

நான் சுஜாதாக்கு எழுதின மறுப்புலகூட இதப்பத்தி எழுதி யிருக்கேன். அவர் கழிவுநீரில் மலர்ந்த நெய்தல்னு எழுதிட்டார். கழி அப்படின்னா கடல் நீரும் மண் நீரும் சந்திக்கிற பகுதி. காடு இதழில் கூட கண்டல்னு பேர் சொல்றீங்கல்ல அதுக்குக் கழிமுகம்னு பேர். அந்த இடத்தோட Eco System வேற. நன்னீரும் கடல் நீரும் சந்திக்கிற இடத்துல உள்ள மீன்கள் வேற, செடிகள் வேற, உயிர்கள் வேற. அங்க உள்ளது நெய்தல். நெய்தல்றது அந்தி மந்தாரைன்னு எழுதியிருக்கார். இந்தியா டுடே கட்டுரையில. நிகழ்காலப் பெயர் அந்திமந்தாரை. நெய்தல் பூ என்ன செப்டிக் டாங்க்லயா வளருது?

தலித்தியம்

1990களில் தலித் அமைப்புகளின் எழுச்சியோடு ஒப்பிடும்போது, இன்றைய தர்மபுரி, மரக்காணம் என சாதிய ஆதிக்கவாதிகளின் கை ஓங்குவது எதனைக் காட்டுகிறது? தமிழ்ச் சமூகம் பிற்போக்குத் தன்மையை நோக்கிச் செல்கிறதா? தலித் அமைப்புகளின் பலவீனமாக இதனைக் கருதலாமா? அல்லது பெரியார் என்ற ஆளுமையின் தாக்கம் சமூகத் தளத்தில் குறைந்துள்ளதாகக் கருதலாமா? இந்நிலையை எப்படி எடுத்துக் கொள்ளலாம்?

பிற்போக்குத்தனத்தை நோக்கிப் போகலை. தர்மபுரி இளவரசன் நிகழ்வு நடக்கிறபோதே அதே ஊர்ல திவ்யாவின் சாதி, இளவரசனின் சாதியைச் சார்ந்தவங்க திருமணம் செய்துகொண்டு மகிழ்ச்சியாக வாழ்கிறார்கள். என்னுடைய மாணவர் ஒருத்தரே அங்க இருந்தார். சாதி மறுப்புத் திருமணம் செய்துகொண்டு, தொழில் செய்துகொண்டு அங்கேயே இருந்தார். அது இல்ல.

ஆதிக்கச் சாதிக்கு ஒரு பங்கு இருக்கிறதுபோல மிகமிகக் குறைந்த அளவாவது தாழ்த்தப்பட்ட சாதித் தலைவர்களுக்கும் ஒரு பங்கு இருக்கு. வெளில சொன்னா வருத்தப் படுவாங்க. இல்ல சண்டைக்கு வருவாங்க. தாழ்த்தப்பட்ட மக்களுக்கு சரியான தலைமை இல்லன்னு பொதுவாவது சொல்லலாம்.

சாதி மறுப்புத் திருமணங்கள் குறித்து?

இருக்கக்கூடியதுல, இருக்கிற சமநிலையைக் குலைக்கனும்னுதான் நாம ஆசைப்படுறோம். சமநிலைய திடீர்னு குலைச்சா கலவரம் வரும். மெல்லமெல்ல அந்தச் சமநிலை குலையவேண்டும். வேற ஒன்றும் வேண்டாம். சாதிமறுப்புத் திருமணம் பண்றவங்களுக்கு இந்த ஊர்ல வாடகைக்கு வீடு தரமாட்டாங்க. சாதி மறுப்புத் திருமணம் பண்ண எல்லாப் பொண்ணுங்களுமே ஒழுக்கங்கெட்டவன்னு ஒரு கருத்து இருந்துச்சு. கொஞ்சம் கொஞ்சமா அந்தக் கருத்து மாறியிருக்கு.

இன்னமும் இந்த ஊர்ல சாதி இறுக்கம் அதிகம். வாடகைக்கு வீடு கேட்டா சாதி கேட்பாங்க. இப்பக் கொஞ்சம் குறையுது. சாதி மறுப்புத் திருமணத்தைப் பற்றிப் பெண்களுக்குக் கோபமோ, அக்கறையோ வருவது இல்ல. கொஞ்சம்கிறது நம்ம தேவைக்கும் ஆசைக்கும் ஏற்ப சீக்கிரமா நடக்காது. ஆனா, நடக்கும். மெல்லமெல்ல நடக்கும்.

இன்றைய சூழலில் சாதிச் சங்கங்களை எப்படிப் பார்ப்பது?

'சாதி என்பது பாதுகாப்பற்றவனின் புகலிடம்' என்று ஒரு இடத்துல சொல்லியிருக்கேன். அதுக்குள்ள போய் ஒளிஞ்சுக்குறான். சாதாரணமா சின்ன வயசுல மற்ற பையலுக அடிச்சுட்டு எங்கத் தெருவுக்கு வாடா பார்த்துக்குறோம்னு சொல்றது. எங்க தெருவுக்கு வான்னா எங்க சாதி எல்லைக்குள்ள வான்றது. அப்ப பாதுகாப்பற்றவனின் புகலிடம் சாதி. பாதுகாப்பு வெளியில இருந்து கிடைக்கிறதுன்னு சொன்னா, தொழிற்சங்கத்துல இருந்து கிடைக்குதுன்னு சொன்னா தொழிலாளர்கள் சாதியை நம்பமாட்டார்கள்.

இன்றைய நிலையில் தாழ்த்தப்பட்ட மக்கள் வாழ்விடங்களைப் பறை சேரி என்கிறார்கள். இதற்கான துவக்கப் புள்ளி எது என்று நினைக்கிறீர்கள்?

பக்தி இயக்கத்தோட எழுச்சியின் போதே இந்த மாதிரி பறை—சேரிகள் உருவாயிருச்சு. நந்தனார் கதையைப் பார்க்கலாம். இந்த மாதிரி தனித்தனி குடியிருப்புகள் அப்பவே வந்துருச்சு. கோயில் அதப் பாதுகாத்துட்டே வந்துச்சு. அதனாலதான் பெரியார் சொல்றாரு. கோயிலை நான் நிராகரிக்கிறேன். அது சாதி பேணும் கோயில் என்கிறார். சங்க காலத்துல கோயில் கிடையாது. 'கோட்டம்' என்று சொல்லக்கூடிய மண்ணாலான சிறு வட்டங்கள். அப்ப பூசாரிக்குப் பெரிய அதிகாரம் எல்லாம் கிடையாது.

ஆனா பறையர்கள் வாழ்ந்திருக்கிறார்கள். 'பார்ப்பார் ஒரு வரலாற்றுப் பார்வை'னு ஒரு கட்டுரை எழுதியிருக்கேன். பார்ப்பான்னா ஜூனியர்னு அர்த்தம். பாப்புனா The Young *ஒண்ணுன்னு அர்த்தம். அதான் குழந்தையைப் பாப்பான்னு கூப்பிடுறோம். அப்போ யாரு சீனியர் என்ற கேள்வி வருகின்ற போது பறையர்தான் சீனியர். அதான் கிராமப்புறங்கள்ல ஒரு பழமொழி சொல்வாங்க. 'பார்ப்பானுக்கு மூப்பு பறையன், கேட்க நாதியில்லாம கீழ்ச்சாதியா போனான்'. நான் கட்டுரை எழுதியிருக்கேன்.*

யானை மேல பறையர் அமர்ந்து போவதா, பண்பாட்டு அசைவுகள்ல சொல்லியிருக்கீங்க...

திருவாரூர்ல யானையேறும் பெரும் பறையர்ன்னு இருக்காங்க. நிறைய கோயில்கள் அவங்களோடது. அவங்க பூசை செய்த கோயில்களைப் பிடுங்கிக் கொண்டார்கள். நான் சொன்னேன்ல ஸ்ரீசக்கர பிரதிஷ்டை பண்ணாரு ஆதிசங்கரர்னு. அதுலயிருந்து தொடங்கியது.

பெரியாரியம்

ஆத்திகம், நாத்திகம் என்ற சொற்களுக்கான வேர்ச்சொல் என்ன? கடவுளை ஏற்றுக் கொண்டவர்களை ஆத்திகர் என்றும், கடவுளை நம்பாதவர்களை நாத்திகர் என்றும் குறிப்பிடுவதற்கான காரணம் என்ன? இது எதன் அடிப்படையில் வந்தது? அதற்கான பின்புலம் என்ன?

இரண்டுமே தமிழில் இல்லை. நாத்திகம் எதிர்மறையைக் குறிக்கக் கூடிய சொல். இரண்டு சொல்லுமே தமிழ்ச்சொல் இல்லை. இணையாகச் சொல்வதென்றால் இறை மறுப்புக் கொள்கை அப்படின்னு ஆக்கிக்கொள்ளலாம்.

பெரியாரின் எதிர்ப்பு என்பது, வேதப் பிராமணர்கள் மீதா? தமிழ்ப் பிராமணர்கள் மீதா?

அதிகாரங்கிறதப் பத்தி சரியான பார்வை இல்லை. 'வேதப் பிராமணர்களும் வேஷப் பிராமணர்களும்'னு 1909—இல் அயோத்திதாசப் பண்டிதர் ஒரு கட்டுரை எழுதினார். வேதங்கிறது ஒரு எழுதப்படாத அதிகாரம். எல்லாவற்றையும் தீர்மானிக்கிற அதிகாரம். அவன் சொல்லறது வேதம்னா என்ன வேதம், விவாதத்திற்கு உட்படுத்த முடியாததுதான். மிகப்பெரிய வேதத்தின் தலைமையை ஏற்றுக்கொண்ட ஸ்மார்த்த பிராமணர்கள்தான் சிக்கலான ஆட்கள். அதாவது சங்கராச்சாரியாரும், சங்கராச்சாரியாரோட அவரது சித்தாந்தத்தைப் பின்பற்றுகிறவர்களும். ஒரு வைணவனை அப்படிச் சொல்ல முடியாது, சிவப்பிராமணனை அப்படிச் சொல்ல முடியாது. அவங்கக்கூட ஒருவகைல மதத்துக்காகச் சாதியை விட்டுக் கொடுப்பான்.

சாதியையும் மதத்தையும் ஒன்றாகவே வைத்துக்கொண்டு வேதத்தை மட்டுமே தெய்வமாக வைத்திருக்கக் கூடியவர்கள். ஸ்மார்த்த பார்ப்பனர்கள். சங்கராச்சாரியாருடைய கட்சியைச் சேர்ந்தவர்கள். அவங்களைத்தான் நாம எதிர்க்கணும். வேதம்கிற அதிகாரத்தத் தான் நாம எதிர்க்கணும். எதைச் சொன்னாலும் 'வேதத்துல சொல்லியிருக்குன்னு கிராமத்துல நம்புறான்'. அதான் மூளையிலே பதிவாயிருச்சு. வேதத்தைக் கேள்வி கேட்கவே முடியாது. விவாதங்களுக்கு அப்பாற்பட்டது. மிகப்பெரிய உடைக்கமுடியாத

அதிகாரம் இந்த வேதம். அதைக் கையில தூக்கிக்கொண்டு பிராமணர்கள் வருகிறார்கள் 'நாத்திகனா கூட இருக்கலாம். ஆனா வேதத்தை மறுக்கக்கூடாது' அப்படிங்கிறாரு 'தெய்வத்தின் குரலில்' பழைய சங்கராச்சாரியார். அதான் சிக்கல். வேதம் என்பது எழுதாத எழுத்து. மிகப்பெரிய அதிகாரக் கட்டமைப்பு.

பெரியார் நிராகரித்தது ஒட்டுமொத்த கோயில்களையா? பெருந் தெய்வக் கோயில்களையா?

சாதி பேணுகிற எல்லா விசயங்களையும் அவர் நிராகரிச்சார். உங்க இலக்கியம் சாதி பேணுகிற இலக்கியம்னா அதை நிராகரிக்கிறார். உங்களுடைய கதைகள் சாதி பேணுகிற கதைகள் அதனால கதையை நிராகரிக்கிறார். சாதி பேணுகிற எல்லா விசயங்களையும் அவர் நிராகரிச்சார். நாட்டார் தெய்வங்கள் பெரும்பாலும் சாதி பேணுவது அல்ல. விதிவிலக்காக ஏதேனும் ஒன்றிரண்டு இருக்கலாம். நாட்டார் தெய்வங்களை அவரு நிராகரிக்கவில்லை.

தந்தை பெரியாரை முற்றாக ஏற்றுக் கொண்டவர்கள் ஒருபுறமும், முற்றாக மறுத்தவர்கள் அல்லது எதிர்ப்பவர்கள் ஒருபுறம் என்ற சமகால தமிழ்ச் சூழலில் இன்றைய இளைஞர்கள் பெரியாரை எப்படிப் புரிந்து கொள்வது? ஏற்றுக் கொள்வது?

பெரியாரை முற்றாக நிராகரிப்பது என்பது முட்டாள்தனமே தவிர வேறெதும் இல்லை. ஏனென்றால் ராஜாஜியாலேயே பெரியாரை முற்றாக நிராகரிக்க இயலவில்லை என்னும் போது புரிதலின்மைதான் மிகப் பெரிய காரணம். பெரியார்தான் ராஜாஜியை நிராகரித்தார்.

தமிழ் காட்டுமிராண்டி மொழின்னு பெரியார் சொன்னாரு, சங்க இலக்கியங்களைப் பெரியார் ஏற்றுக் கொள்ளவில்லை என்பதையெல்லாம் எப்படிப் பார்ப்பது?

சங்க இலக்கியங்களை ஏற்றுக்கொள்பவர்களைத்தான் இவர்கள் தலைவராக ஏற்றுக் கொள்வார்களா? காமராஜர் ஏத்துகிட்டாராமா? அது இல்ல. தமிழ் காட்டுமிராண்டி மொழின்னு பெரியார் சொன்னார். நூறு முறை கேட்கப்படுகிற கேள்வி இது. அவர்தான் உ.வே.சாமிநாத அய்யர், வையாபுரிப் பிள்ளை, பாவாணர் வரை நூற்றுக்கும் மேற்பட்ட அறிஞர்கள் வாழ்ந்துகொண்டிருந்த காலகட்டத்தில் தமிழுக்கு எழுத்துச் சீர்திருத்தம் வேணும் என்று சொன்னதும், செய்து காட்டியதும். இந்தப் பெருந்தமிழ்ப் புலவர்கள் அல்ல, பெரியார்தான். பெரியார் வாழ்க்கையை வாழ்க்கையாகப் பார்த்த மனிதர். ஆகவே, இவர்கள் ஒத்துக் கொள்ளணும் என்ற அவசியம் இல்ல. அதேபோல பெரியார் சொல்கிற எல்லாவற்றையும் இவர்கள் ஒத்துகிறணும்னு அவசியம் இல்ல. இவங்க ஒத்துக்கிறலேன்னா அவர் சிறியார் ஆயிருவாரா?

1937களில் நடந்த இந்தி எதிர்ப்புப் போராட்டத்தைப் பெரியார் ஆதரித்தார். ஆனால், 1960களில் நடந்த இந்தி எதிர்ப்புப் போராட்டத்தை அவர் 'காலிகளின் போராட்டம்' என்கிறார். இந்த முரண்பாடு ஏன்?

1965—இல் நடந்த போராட்டம் அரசியல் அதிகாரத்துக்கு ஆசைப்பட்டவங்களாலே நடத்தப்பட்ட போராட்டம் என அவர் நினைக்கிறார். அது மட்டும் இல்ல. காமராஜர் கையிலே உள்ள அதிகாரத்தைத் தட்டிப்பறிப்பதாக அமைந்துவிடுமோ என்று அவர் பயந்தார். அவர் பயந்தபடிதான் நடந்தது. அதனாலே அவர் எதிர்த்தார். 1937—இல் நடந்த போராட்டம், அது நேரடியா பிராமணர்களோட எதிர்ப்பு ஆதிக்கத்திற்கெதிராக (Pure Hindi) *நடந்தது. அப்ப எதிர்த்தார்.*

அப்படி என்றால் இந்தி எதிர்ப்பு சரியா? மாணவர் போராட்டம் சரியா?

அப்படிக் கேட்க முடியாது. கேள்விதான் சரியில்ல. இந்தி எதிர்ப்பு சரி. சரியாச் சொன்னா, இந்தி ஆதிக்கம். எல்லா வகையான ஆதிக்கமும் எதிர்க்கப்பட வேண்டியவை. இந்தியும் பல்வேறு வகையான இந்திய மொழிகளைக் கொன்னுட்டுது. இப்போது நாலு நாளைக்கு முன்னால பாட்னாவுக்குப் போய்ட்டுவந்த மனித உரிமை ஆர்வலர் சொன்னார். தமிழ்நாட்டைப் போல இங்க இந்தி எதிர்ப்பு இல்லாததால போஜ்புரி, மைதிலி, அர்த்தமாகதி ஆகிய மொழிகளை நாங்க இழந்துகிட்டிருக்கோம் என்று சொன்னார். இவையெல்லாம் இந்தியைப் போல பிராகிருதத்தின் கிளை மொழிகள். மைதிலி என்ற மொழி பிராமணர்கள் பேசுகிற மொழி. 'மைதிலி பிராமணர்கள்' என்றே பிராமணர்களில் ஒரு பிரிவு உண்டு. இந்த மொழிகள் எல்லாம் இந்தியாவிலே அழிந்து கொண்டிருக்கின்றன என்று அவர்கள் அச்சப்படுகிறார்கள்.

பெரியாரோட 'கடவுள் இல்லை! கடவுள் இல்லை! கடவுள் இல்லவே இல்லை!!!' என்ற முழக்கத்தை இன்றைய இளைஞர்களிடம் எவ்வாறு கொண்டு சேர்ப்பது?

சுய சிந்தனை மூலமாகத்தான் இந்த முழக்கத்தை அவர்கள் புரிந்துகொள்ள வேண்டும். இரண்டாவது, பெரியார் ஏன் முட்டாள்னு சொல்றேன், ஏன் அயோக்கியன்னு சொல்றேன், ஏன் காட்டு மிராண்டினு சொல்றேன்னு பேசியிருக்காரு, நிறைய எழுதியிருக்காரு. அச்சுல வந்துருக்கு. படிச்சுப் பாருங்க.

எளிய மக்களின் கடவுள் நம்பிக்கையைப் பெரியார் சொல்ற கடவுள் மறுப்போடு எவ்வாறு காண்பது?

அந்தக் கடவுள் வேற, இந்தக் கடவுள் வேறன்றதுதான் சிக்கலே. நாட்டார் மக்களுடைய சுடலைமாடனும், காத்தவராயனும்

நம்மளைத் தொந்தரவு பண்ற கடவுள் இல்ல. துணை செய்ற கடவுள். அவங்களுடைய நம்பிக்கைப்படி....

கடவுள் இல்லை என்ற திராவிட இயக்கங்களின் பரப்புரை தொடர்ந்தாலும், இளைஞர்களின் மனப்போக்கு மாறாமல் இருப்பதற்கான காரணம் என்ன?

ஊடகங்களோட செல்வாக்கு. அதை எதிர்கொள்கிற அளவுக்குப் பெரியார் இயக்கங்களுக்கு வலிமை இல்லை. வீரமணியும் 10 படம் எடுத்தார்னா நல்லாருக்கும்.

சிறு தெய்வ வழிபாடு, பெருந்தெய்வ வழிபாடு என்பதை இடது சாரிகள் ஒன்றாகப் பார்த்து பக்தின்றதே மூடநம்பிக்கை என்கிறார்கள். அதுகுறித்து...

இடதுசாரிகள் யார்? இடதுசாரிகள்ல பண்பாட்டு ஆய்வாளர்கள் கிடையாது. ஒரு பண்பாட்டு ஆய்வாளர் இடதுசாரியா இருக்க முடியாது. இவங்க தமிழ்னு, திராவிடம்னு பேசுற எல்லாவற்றையும் கொட்டிக் கவிழ்க்கிறாங்க. இவர்கள் எல்லாவற்றையும் ஒரு வெறுப் போடயே அணுகுகிறார்கள். தென் தமிழ்நாட்டையும், தென் தமிழ் நாட்டு மக்கள் பண்பாட்டையும் இடதுசாரிகள் அடி மனதிலே வெறுப்போடயே அணுகுகிறார்கள். கேட்டா அவங்கதான் மக்களைக் காதலிக்கிறவங்க மாதிரி பேசுவாங்க. அதுதான் எல்லா வகையான சீர்கேடுகளுக்கும் வழிவகுக்குது. அவங்க பெரியாரைப் புரிஞ்சுக்காம தான் நிறைய காலம் இருந்தாங்க.

பகுத்தறிவு சிகரம் ஈ.வெ.ரா.னு ஒரு புத்தகம் 1953— 1954இல் தொழிற்சங்கத் தலைவர். இவ்வளவுக்கும் ஐயங்கார் அவரு. கட்சி அத ஏறெடுத்துக்கூடப் பார்க்கல. இன்னைக்குப் பெரியார் 150—வது விழாவக் கொண்டாட வேண்டிய கட்டாயத் தேவை இருக்கிறது. வாக்கு வங்கி காரணமாகப் பெரியாரை நிராகரிக்க முடியாது என்ற நிலை. ஏற்றுக் கொண்டதைப்போல பாவனை செய்கிறார்கள். வேறொன்னும் வேண்டாங்க. இடதுசாரி இயக்கத்திலே உள்ளவர்கள் பெரியார் இயக்கத்திலே உள்ளவர்களைப் போன்று சாதி மறுப்புத் திருமணம் பண்றாங்களா, இல்லையே!

தமிழ்த் தேசியம்

தமிழ்த் தேசியவாதிகளில் சிலர் தூய தமிழ்ச் சாதிகள்தான் ஆட்சிக்கு வரணும் என்று குரலெழுப்புவதை எப்படிப் பார்ப்பது?

பதிமூன்றாம் நூற்றாண்டிலே இருந்து ஆட்சியதிகாரம் தமிழ் பேசாத அன்னிய சாதிக்காரர்கள் கையிலே இருந்தது. இன்றும் தொடர்கிறது. ஜெயலலிதா கன்னடம் பேசுபவர், எம்.ஜி.ஆர் மலையாளம் பேசுபவர். அப்படி வரும்போது ஒரு சந்தேகம் வரத்தானே செய்யும். தமிழ்த் தேசியவாதிகளுக்கு அந்தச் சந்தேகம் நிரம்ப வருகிறது. இல்லையென்றால் தமிழ்பயிற்று மொழியாக வந்திருக்கும் என்று அவர்கள் நம்புகிறார்கள். இன்னொரு கருத்து. கலப்பே இல்லாத Air tight compartment—ஆக ஒரு இனம் இருக்க முடியாது. காற்றுப் போகாத ஒரு அடைப்பிற்குள் மொழியை வைத்துப் பாதுகாக்க முடியாது.

இன்றைய அரசியல் சூழல் என்பதே, அதிகாரத்தை நோக்கித்தான் நகர்கிறது. இந்த அதிகாரம் சார்ந்த நகர்வு மக்கள் மீது அக்கறை கொண்டவர்களிடம் ஒரு அச்சத்தை ஏற்படுத்துகிறது என்று கூறலாமா?

எல்லாத் துறைகளிலும் அதிகாரத்தைக் கட்டமைக்க மனிதன் முயல்கிறான். இந்த அதிகாரத்துக்கு ஆசைப்படுதல் என்பதே இங்கே ஒரு கலாச்சாரமாகிவிட்டது. திரைப்படத்துறையாக இருந்தாலும் சரிதான். ஒரு மருத்துவக் கல்லூரியாக இருந்தாலும் சரிதான். ஒரு மருத்துவக் கல்லூரி பணியாளர்களாக இருந்தாலும் சரிதான். அவர் சொன்னாத்தான் எல்லா டாக்டர்களும் கேட்பாங்க அப்படிங்கிறாங்க. ஒரு அதிகாரத்தை நோக்கிய நகர்வு இருக்கிறதே அது ஒட்டுமொத்தமாக மானுட விடுதலைக்கு எதிரானது. யார் எந்த வட்டத்துக்குள்ளே இதைச் செய்தாலும் இது எதிரானது. எந்த வகையான அதிகாரத்தையும் நாம எதிர்க்க வேண்டும். பெரியார் அதைத்தான் செஞ்சாரு. அவர் 'எதிர்ப்பு மாநாடு'தான் நிறைய நடத்துனாரு.

தமிழ் ஆர்வம் என்பதைத் தாண்டி, தமிழ்த் தேசியம் ஒரு பாசிசப் போக்கை நோக்கி நகர்வது போலத் தெரிகிறது. அது குறித்து...

இந்தச் சந்தேகம் உருவாவதற்கு யார் காரணமானார்களோ அவர்கள் பெரிய மக்கள் தலைவர்கள் இல்ல. ஊடகங்களிலே

அவர்களுடைய பெயரும் முகமும் அடிக்கடி அடிபடுகிறது என்பதைத் தவிர பெரிய தலைவர்கள் இல்லை. அதனால அவர்களுடைய கருத்துகள் சாதாரண மக்களை எட்டும் என நான் நம்பல.

ஆரியம், திராவிடம் எனப் பூச்சாண்டி காட்டித் தமிழைக் கீழ்நிலைக்குக் கொண்டு வந்தது தெலுங்கு, கன்னட வந்தேறிகள்தான் என சில தமிழறிஞர்கள் கூறுவதில் உண்மை உள்ளதா?

பல குற்றச்சாட்டுகளுக்குக் காரணம் வந்து Local obsession—ன்பாங்க. உள்ளூர்க்காரன் மாதிரி சொந்தக் காரணம். நல்ல உதாரணம் சொல்ல வேண்டும்னா குணா. பெங்களூர்ல கன்னடர்களுக்கு மத்தியிலே வாழ்ந்த அவரு எதற்கெடுத்தாலும் கன்னட எதிர்ப்புதான். ஏன்னா அவருக்கு லோக்கல் ஆப்செஷன் (Local obsession). அவருடைய கருத்துக்களை நாம எடுத்துக்கிட முடியாது. அது அப்படித்தான் இருக்கும். விட்டுட்டுப் போயிட வேண்டியதுதான். பெரியாரைக் கன்னடர்னு முதல்ல பேசுனது அவர்தான். அவர் பெங்களூர்ல இருக்காரு. இவர மாதிரி கருத்தோட்டம் உடையவர்கள தமிழன் பாக்குறாங்க. இதான் இதற்கான வேறுபாடு.

தமிழ்த் தேசிய உருவாக்கம் குறித்து...

19—ஆம் நூற்றாண்டுலதான் தமிழ்த் தேசியங்கிற கருத்தாக்கம் வருது. தமிழ்த் தேசிய உருவாக்கத்திற்குத் திருக்குறளின் பங்கு பற்றி நான் ஒரு கட்டுரை எழுதியிருக்கேன். வெள்ளைக்காரங்க வந்த பிறகுதான் சாதி, மதத்துக்கு அப்பாலே ஒரு இலக்கியம் இருக்குன்னு அவங்க திருக்குறள கண்டுபிடிச்சாங்க. அதை கொண்டாடுனாங்க. அப்புறம்தான் நாம அதைக் கொண்டாட ஆரம்பிச்சோம். ஆங்கிலேய கல்வியும், ஆங்கிலேய அறிவும்தான் தமிழ்த் தேசிய உருவாக்கத்திற்குக் காரணம். மருத்துவக் கல்லூரிகளிலே தமிழைப் பாடமொழியாக வைக்கவேண்டும் என்று ஒரு வெள்ளைக்காரன் ‘சாமன் பிரிஸ்கி’ புத்தகம் எழுதுனாரு தமிழ்ல. அவன என்ன சொல்றது. வீதிதோறும் தமிழ்ப் பள்ளிக்கூடங்களில் போட்டு ஐரோப்பிய சாத்திரங்களை எல்லாம் தமிழிலே சொல்லிக்கொடுக்க ஏற்பாடு செய்ய வேண்டும் என்று சொன்னான் பாரதி. அவன என்ன பண்றது? ‘தமிழச்சியைத் தவிர வேறு சாதிக்காரர்கள் அழகாயிருந்தால் எனக்குப் பொறுக்கவில்லையடா தம்பி’ என எழுதுனானே அவன விடவா பெரிய தமிழ்த் தேசியவாதி வேண்டும்.

களப்பிரர்கள் தமிழகத்தின் பொற்காலமாகச் சோழர் காலத்தையும், இருண்ட காலமாகக் களப்பிரர் காலத்தையும் வரலாறு கட்டமைத் துள்ளது. களப்பிரர்கள் குறித்த பதிவை வரலாற்றாய்வாளர் மயிலை சீனி.வேங்கடசாமி தவிர பொ.வேல்சாமி மற்றும் கார்த்திகேசு சிவத்தம்பி என வெகு சிலரே பேசியுள்ளனர். களப்பிரர்கள்

என்பவர்கள் யார்? அவர்களது வரலாற்றுப் பின்னணி என்ன? தமிழகத்தின் பொற்காலமாக எந்தக் காலத்தை குறிப்பிடலாம்?

தமிழகத்துக்கு வெளியிலேயிருந்து வந்து தமிழ் மக்களோடு கலந்து விட்ட ஒரு கூட்டம்தான் களப்பிரர்கள். அவர்கள் கலந்துவிட்டவர்கள் என்பதற்கு அடையாளம். இன்றைக்கும் 'களப்பாட ராயர்' என்ற பெயர் பல குடும்பங்களுக்கு இருக்கு. எல்லா மாவட்டங்களிலும் 'களப்பாளன் குளம்' என ஒன்றிருக்கிறது. எனவே அவர்கள் வெளியிலிருந்து வந்து தமிழ் மக்களோடு கலந்துவிட்டவர்கள் பல்லவர்களைப் போல. அந்தக் காலத்தை இருண்டகாலம் என்பது வேளாளர்களின் கட்டமைவு. அவர்கள்தான் அந்தக் கருத்தை பரவலாக்கினார்கள்.

களப்பிரர்கள் காலத்தில் தமிழ் மொழியின் வளர்ச்சி குறித்து...

களப்பிரர் காலத்திலும் தமிழ் இலக்கியங்கள் இருந்தது. அதை நடனகாசிநாதன், மயிலை சீனி.வேங்கடசாமி எழுதியிருக்காங்க. இவர்கள் சொல்வதுபோல இருண்டகாலம் அல்ல என்பதற்கு நான் சொல்ல வந்தேன்.

இருண்ட காலம்னு ஏன் சொல்றாங்க?

அறியப்பட்ட பேரிலக்கியம் எதுவும் அந்தக் காலத்திலே பிறக்கல. கம்பராமாயணம் மாதிரி, திருக்குறள் மாதிரி.

பிரம்மதேயங்களைப் பறித்தார்கள் என்று சொல்கிறார்களே?

களப்பிரர் காலம் முடிந்தபிறகு சின்னமனூர் செப்பேட்ல ஒரு சின்னச்செய்தி இருக்கு. அத வெச்சுக்கிட்டு இவர்கள் பிம்பங்களாகக் கட்டுவதுபோலக் கட்டுகிறார்கள். களப்பிரர்கள் வந்து பிராமணர்களுடைய பிரம்மதேயங்களைப் பறித்தார்கள் என்று அப்படி இல்ல. களப்பிரர்கள் சமண ஆதரவு கொண்டவர்களாக இருந்திருக்கிறார்கள். இயல்பாகவே அவர்கள் வைதீகத்திற்கு மாற்று நிலையிலே இருந்தவர்கள். இதை வைத்துக்கொண்டு களப்பிரர்கள் தமிழ் மன்னர்கள் அல்ல, தமிழர்களுக்கு எதிரானவர்கள் என்று கட்டமைப்புச் செய்கிறார்கள். தொடக்கக் கால வேளாள ஆய்வாளர்கள் செய்த வேலை இது.

களப்பிரர்கள் ஆட்சிகாலத்தில் குறிப்பிட்டுச் சொல்லக்கூடிய மன்னர் பெயர் ஏதாவது உள்ளதா?

போதுமான அளவிற்குச் சான்று (Evidence) கிடைக்கலன்றதுதான் வருத்தமான செய்தி.

நாட்டார் வழக்காற்றியல்

நாட்டார் வழக்காற்றியல் குறித்து பெரியாரின் பார்வை என்ன?

நாட்டார் வழக்காறு பற்றிய தன்னுணர்ச்சி பெரியார் காலத்துல தமிழனுக்கு இல்ல. பெரியார் மறைஞ்சு கிட்டத்தட்ட 50 ஆண்டுகள் ஆகுது. அதற்குப் பிறகுதான் அந்தத் துறை ஒரு அறிவுத் துறையாக வளர ஆரம்பிக்குது. அது பற்றி பெரியார் என்ன கருதினார்னு கேட்கவே முடியாது. ஏன்னா அவர் காலத்துல அது இல்ல. பிறக்காத கொழந்தையைப் பற்றிப் பேசுற மாதிரிதான். நாட்டார் வழக்காற்றியல் துறை பெரியாரை எப்படிப் பார்க்குதுன்னு வேணா கேட்கலாம்?

சரிதான் ஐயா, நாட்டார் வழக்காற்றியலையும் பெரியாரியலையும் ஒரு புள்ளியில் இணைக்கும் பண்பாட்டு மானுட ஆய்வாளரான, தொ.ப. பெரியாரை எப்படிப் பார்க்கிறார்?

பெரியார், பிள்ளையார் சிலையை உடைச்சாரு. காத்தவராயன், சுடலை மாடன் சிலையை உடைச்சாரா? காத்தவராயன், சுடலை மாடன் வழிபாட்ல அதிகாரக் கட்டுமானம் இல்ல. திருவிழா நடந்த 30 நாள் கழிச்சு அந்தக் கோயிலப் போய்ப் பார்த்தா அந்த மண்ணாலான பீடம் மறுபடியும் மழைல கரைஞ்சு மண் மேடாத்தான் கிடக்கும்.

மறுபடி அடுத்தாண்டு திருவிழாவின்போது ரீஜெனரேட் ஆகும். ஆகம வழிபட்ட, பிராமண அதிகாரத்திற்கு உட்பட்ட கோயில்கள் விழுந்தா விழுந்ததுதான் எந்திருக்கவே எந்திருக்காது. எழுந்தாலும் காட்சிப் பொருளாத்தான் இருக்கும்.

நாட்டுப்புறத் தெய்வங்கள் மலையாளத்திலிருந்து வந்ததாகச் சொல்வதற்கான காரணம்?

நாட்டார் தெய்வங்களின் வாகனம் பெரும்பாலும் நீர்தான். சாமியாடிகள் தலையிலே கரகம் வைத்து ஆடுகிறபோது அந்தக் கரகத்துக்குள்ள இருக்கிற தண்ணீரிலே அந்தத் தெய்வத்தினுடைய ஸ்பிரிட்சுவல் எஸ்சன்ஸ் அடங்கி இருப்பதாக நம்பிக்கை. தண்ணீரெல்லாம் மேற்கிலிருந்து கிழக்கு நோக்கி ஓடுகிற ஆறுகளின் வழியாக நமக்குக் கிடைக்கின்றன. எனவே, தெய்வங்கள் மேற்கிலிருந்து கிழக்கு நோக்கி வந்தன என்ற நம்பிக்கையும் உருவானது.

நாட்டார் வழக்கில் மனிதனுக்கும் தெய்வத்திற்குமான உறவு குறித்து..?

மனித உறவுகளை மீறிய உறவு இல்ல. சாமியாடுகிற அந்தப் பத்து நிமிட நேரம் மட்டும்தான் அவன் சாமியாடி. டேய்னு யாரையும் பார்த்துக் கூப்பிட முடியும். பத்தாவது நிமிடம் சாமி மலையேறிட்டாருன்னா, டேய் மாப்ளனு இவன் கூப்டுருவான். நிரந்தர அதிகாரம் ஏதும் சாமியாடிகள் கையில இல்லை.

கோயிலில் தேங்காய் உடைப்பதை எவ்வாறு காண்பது?

மானுடவியல் நோக்குல அதைப் பார்க்கணும். நான் அதைப் பத்தி சிந்திச்சுருக்கேன். எனக்கென்னவோ அது நரபலியினுடைய தொடர்ச்சியாப் பார்க்குறேன். உள்ள தண்ணியிருக்குது. பெண் வயிறு. அப்படி நான் பார்க்குறேன். இதைத் தெளிவாச் சொல்ல முடியாது. நாம கோயிலுக்குள்ள தேங்காயக் கொண்டுபோய் உடைக்குறோம்ல. அப்புறம் தெருவுல சப்பரம் வரும்போது தேங்காய் உடைக்குறோம். ஆராதனைக்கு பிராமணர்கள் வாழைப்பழம், வெத்தலைதான் வைப்பாங்க. தவிர தேங்காய் உடைக்க மாட்டாங்க.

கடவுளுக்கும் தெய்வத்துக்குமான வித்தியாசம் என்ன?

தெய்வம் கூட இருக்கிறது, உதவி பண்றது, கூட வர்றது. தெய்வம்கிற சொல் பழைய திராவிட வேர்ச்சொல். தெய்யாட்டம்னு மலையாளத்துல ஒரு ஆட்டம் இருக்கு. தெய்வத்துக்கு ஆடுகிற ஆட்டம். ஆடியும், பாடியும் இயற்கை சார்ந்த, இயற்கையை மீறிய ஒன்றை வழிபட்டதுதான் தெய்வம்.

அரசுகள் உருவாக்கத்தின்போதுதான் மதங்கள் உருவாகுது. அப்ப அந்தத் தெய்வ வழிபாடுகள் எல்லாம் சேர்த்து மதமாக்குறான். சிவபெருமானே ஒரு Tribal chieftain. அதாவது பழங்குடியைச் சேர்ந்த குறுநிலத் தலைவன் அப்படிம்பாரு நாட்டார் வழக்காற்றியல் வகுப்பெடுத்த பேராசிரியர். சிவபெருமான் தலையில மாட்டுக் கொம்பு இருக்கு. ஊமத்தம் பூ இருக்கு.

ஒரு இனக்குழுத் தலைவன் தன்னை எப்படி அலங்கரித்துக் கொள்கிறானோ அந்த மாதிரிதான் இருக்கு. அரப்பால இருந்த பசுபதி வழிபாடும் அப்படித்தான் என்பார் பாண்டு என்னும் நாட்டுப்புற ஆய்வாளர்.

மயானக் கொள்ளை திருவிழாவை எப்படிப் புரிந்து கொள்வது...

காளி என்பதே மயானத்து தேவதைதான். மசானம். தென் தமிழ்நாடு முழுவதும் பெண் தெய்வ வழிபாடாக இருக்கிறது காளி. வட தமிழ்நாட்டிலே காளன் என்ற ஆண் தெய்வ வழிபாடாகவும், காளி என்ற பெண் தெய்வ வழிபாடாகவும் இருக்கிறது, இந்த

மயானக் கொள்ளை. மசானக் கொள்ளைதான். மயானத்திலே நடத்துறாங்க. கோவை மாசாணியம்மன் திருவிழாவும் இதோடு தொடர்புடையதுதான்.

பங்காரு அம்மன் வழிபாடு குறித்து?

பங்காரு தெலுங்கு கடவுள். பங்காருன்னா தங்கம்னு அர்த்தம். தமிழ்நாட்டிலே பங்காரு என்கிற பெயர் அதிகமாகப் பொற்கொல்லர் சாதியினர்தான் வைத்திருப்பார்கள். தெலுங்கு மொழிச் சொல். பங்காரு பத்தர், காமாட்சி பேரும் அவங்கதான் அதிகமா சொல்வாங்க.

உஜ்ஜைனி மாகாளி...

உஜ்ஜைனியிலிருந்து அது இங்கே வந்திருக்கிறது. காளிதாசருக்கு அருள் செய்த காளி அவதான். இங்கே தமிழ் உஞ்சனை என்று சொல்லியிருக்கிறார்கள். சாதிக் கலவரத்திற்குப் புகழ்பெற்ற தேவகோட்டை உஞ்சனை வந்து உஜ்ஜைனிதான். கல்வெட்டுகள்ல உஞ்சனை தான் இருக்கு. தேவாரத்துல பதிவு பண்ணியிருக்காங்க. உஞ்சனை மாகாளம்தான். உஞ்சனைலயிருந்து வந்த வழிபாட்டு இயக்கம்தான் உச்சினி மாகாளியம்மன். காளம் என்றால் வெப்பமான தரை. சுடுகாட்டுத்தரையில் உள்ளவள் என்பதாலே காளி என்று பெயர்.

சிறு தெய்வ பலி கொடுப்பது எந்தக் காலக்கட்டத்துல தொடங்குகிறது?

வட்டார வேறுபாடுகளும், சாதி வேறுபாடுகளும் இதில் இருக்கிறது. பெரும்பாலும் மாசி முதல் ஆடி வரை உள்ள வேளாண்மை வேலைகள் குறைவாக இருக்கிற காலத்துலதான் சிறு தெய்வங்களோட திருவிழாக்கள் நடக்கும். அப்பத்தான் அவங்க உயிர்ப் பலி கொடுப்பாங்க. விதிவிலக்கா வேறு வேறு இருக்கலாம். கார்த்திகை மாதம் உயிர்ப்பலி கொடுக்கிற கோயில்களும் இருக்கு. கற்குவேல் அய்யனாருக்குக் கார்த்திகை மாதம்தான் உயிர்ப்பலி கொடுக்கப்படுது.

சிறுதெய்வக் கோயில்களின் திருவிழாக்கள் மாசி மாதம், நெல்லை குமரி மாவட்டங்களில் பங்குனி மாதங்களில் நடைபெறுவதற்கான காரணம் என்ன?

மழையைக் கொண்டுதான். வட தமிழ்நாடும் தெற்கு கடைசியில் உள்ள தமிழ்நாடும் வேறுபடுகிறது. இங்கே பங்குனி உத்திரம் பெரும் மரியாதையைப் பெறுகிறது. அங்கே சிவராத்திரி பெறுகிறது. கோவில்பட்டி தாண்டி பங்குனி உத்திரம் கொண்டாடப்படுவது இல்ல. ஆனா ஒரு காலத்திலே பங்குனி உத்திரம் தமிழ்நாடு முழுவதும் கொண்டாடப்பட்டு இருக்கிறது என்று தெரிகிறது. திருச்சியிலே பங்குனி உத்திரம் கொண்டாடப்பட்டு இருக்கிறது. ஆனால், அந்தப்

பக்கம் மாசிக் களரி என்று சொல்வார்கள். மாசிக் களரி என்று சொல்லப்படுகிற சிவராத்திரிதான் கொண்டாடப்படுகிறது. பங்குனி உத்திரம் தென் தமிழ்நாட்டிலேதான் கொண்டாடப்படுகிறது. காரணம் பஞ்சாங்கம். அங்கும் இங்கும் வேறு வேறு பஞ்சாங்கம். தென்மேற்குப் பருவக் காற்றினாலே மழை வளம் பெறுது. அது வடகிழக்குப் பருவக் காற்றினாலே மழைபெறுகிறது இதுதான் வேறுபாட்டிற்கான காரணம்.

முருகு இறங்குதல், வெறியாடல் என்ற சொல்லாடலுக்கான முழு விளக்கம்?

வேலன், வெறியாடல் என்பது excite dance தான். வேலன்மார்னே ஒரு சாதி இன்னும் கேரளால இருக்குங்க. வேலன் வெறியாடுதல்னா களமிழைத்து வெறியாடுவான். அத்தப்பூ கோலம் மாதிரி ஒரு கோலம் போட்டு அதற்குப் பேர்தான் களம். அதுமேல நின்னுதான் வேலன் ஆடுவான். வெறியாட்டம் என்பது சாமியாட்டம்தான். அப்படித்தான் தொடங்கியிருக்கு. முருக வழிபாடு போய், வள்ளி வழிபாடு வந்துருச்சு. வள்ளிங்கிற பெண் தெய்வம் sceneஐ Dominate பண்ணிருச்சு. காட்சியைத் தனதாக்கி கொண்டது வள்ளி.

முருகன் வைதீகமாப் போனான். அதுக்கு தகுந்தாப்ல தெய்வானைன்னு ஒரு வைதீகப் பெண்ணைக் கல்யாணம் பண்ணி வச்சாங்க. அதனால முருகன் பிராமணன் ஆயிட்டான். வள்ளி குறத்தியா நிக்குறா. தொல் பழங்காலத்துல இருந்து வருதுங்க. வள்ளுவர் தெய்யாட்டம் சொல்லாருல்ல இதத்தான். வேலனுக்கு கோட்டங்கள் இருந்தன. கோட்டங்கள் என்பது வட்ட வடிவ கோயில்கள். பழங்குடி மக்களோட கோயில் எல்லாம் வட்ட வடிவுலதான் இருக்கும். அணங்குடை முருகன் கோட்டம்னு இதத்தான் பதிவு பண்றாங்க. முருகன் கோட்டத்துல அணங்குன்னா மோகினின்னு அர்த்தம். வருத்து அப்படிங்கிறதுதான் மோகினி. அழகாலே வருத்தப்படுத்துறது. அதான் அணங்கு. அணங்குதல் வருத்தப்படுத்தல்னு அர்த்தம். வணங்குதல்னா மகிழ்ச்சிபடுத்துதல்னு அர்த்தம்.

அணங்குகொல் ஆய்மயில் கொல்லோ கனங்குழை

மாதர்கொல் மாலும்என் நெஞ்சு.

அப்டின்னு திருவள்ளுவர் இதத்தான் குறிப்பிடுகிறார்.

தமிழ் வழிபாட்டு நெறிமுறைகளில் மேல்மருவத்தூர் பங்காரு அடிகளார் ஏற்படுத்திய மாற்றம் குறித்து...

பங்காரு ஒரு விதிவிலக்காகப் பேசப்பட வேண்டிய Cult. வழிபாட்டு நிலை. ஏனென்றால் மாதவிலக்கு என்று சொல்லக்கூடிய தீட்டு

பழங்குடி மக்களிடத்திலேகூட இருக்கிறது. குறிப்பா இன்றுவரை அந்தத் தீட்டைக் கடைபிடிக்கக்கூடியவர்கள் பழங்குடி மக்களும், பார்ப்பனர்களும்தான். இதை உடைத்தார் பங்காரு சாமியார். இது இயற்கை. பெண்களுக்கு அது எவ்வளவு மனத்தடையாக இருந்தது என்பது இன்று அங்கு கூடுகிற கூட்டத்தைப் பார்த்தால் தெரியும். அதற்காகவே அவர் சிவப்புச் சேலையை சீருடைபோல ஆக்குகிறார். பங்காரு கோயிலில் 99 விழுக்காடு பெண்கள்தானே. ஒரு விழுக்காடு தானே ஆண்கள் இருக்கிறார்கள். இந்தத் தீட்டை அவர் உடைத்தது தான் காரணம்.

தற்போது பங்காரு அடிகளாரின் ஆதிபராசக்தி கோயிலும் அதிகாரத்தை நோக்கி நகர்கிற மாதிரி ஒரு தோற்றம் வருகிறதே...

அப்படித்தானே இருக்கும். எல்லா ஆன்மீக நிறுவனங்களும் அப்படித்தான் இருக்கும். இது பொது விதி. பங்காரு பொறியியல் கல்லூரி வைத்திருக்கிறார். மருத்துவக் கல்லூரி வைத்திருக்கிறார். அது அப்படித்தான் இருக்கும். அளவுக்கு மீறிய சொத்துடமை பௌத்தத்தையே சீரழித்தபோது பங்காருவை சீரழிக்காதா?

வைணவம் நாட்டார் மரபு இரண்டுக்குமான மையப்புள்ளி எது?

தொடர்புனு இல்ல. வைணவம் தன் நிலையிலிருந்து கீழ இறங்கி நாட்டார் மக்களோடு சமரசம் செய்துகொண்டது. அதன் விளைவாகத்தான் ஸ்ரீரங்கம் கோயிலுக்குள்ள துலுக்க நாச்சியார் சன்னதி இருக்கு.

இதுக்குக் காரணம் தங்கள் வாழ்வை உத்திரவாதப்படுத்திக் கொள்வதுதான். இராமானுஜர் அதைத்தான் செஞ்சாரு. பிராமணரல்லாதவர்களைக் கூட்டிட்டுப் போகலேன்னா வைணவம் வாழாதுன்னு அவர் முடிவு பண்ணி எல்லாத்தையும் மாத்துனாரு. அதுதான் அவருடைய பெரிய புரட்சி.

தமிழகத்தோட தொன்மையான வாய்மொழி இலக்கியங்கள் கதைப் பாடல்களா மாறுது. இதனுடைய தோற்றம் எவ்வாறு?

அது எழுத்துமரபு உருவாவதற்கு முன்னே வாய்மொழி மரபுதானே உருவாயிருக்கும். அதுதானே. ஆனால் எப்போதுன்னு சொல்ல முடியாது. Folk memory sort lived, அதாவது நாட்டார் மரபுகள் நினைவுகள் ரொம்ப குறுகிய காலத்தவை.

கதைப் பாடல் ஆய்வு தமிழகத்தில் எந்தளவிற்கு உள்ளது?

தமிழில் கதைப்பாடல்கள்னு ஒருத்தர் பண்ணியிருக்கார். உலகத் தமிழ் ஆராய்ச்சி நிறுவனத்துல இருந்து ஒரு புத்தகம் வந்துருக்கு. தமிழ் வில்லுப்பாட்டுகள் ஒன்னு வந்துருக்கு. PERFORMANCE AS PARADIGM: A

RHYTHM IN A TAMIL ORAL TRADITION அப்படின்னு ஒரு புத்தகத்தை Stuart Blackburnன்னு ஒரு வெள்ளைகாரர் ஒரு நூல் எழுதியிருக்கார் வில்லுப் பாட்டுகளப் பத்திஇ Folk lore ஆய்வுகள் நிறைய வந்துருக்கு.

தமிழ்ச் சமூகத்துல பாணர்கள், நாடோடிகள் பற்றி?

பாணர்கள் இசைக்கார சாதி. அப்புறம் எல்லாம் போச்சு. இசைக் கருவிகள் செய்ய வந்தாங்க. இசையும் போச்சு, இசைக் கருவிகளும் போச்சு. தோல் தைக்கிற ஊசி மட்டும்தான் மிஞ்சுச்சு. துன்னூசி. அப்புறம் அதுவும் போயி வெள்ளைகாரர்கள் கொண்டு வந்த ஊசியும், தையல் மெஷினும் வந்துச்சு. தெருவில தையல் மெஷின் கருவியத் தூக்கிட்டு வந்தவங்க பாணர்கள்தான். இந்த ஊர்ல இருக்காங்க. திருநீலகண்ட பிள்ளையார் தெருன்னு ஒன்னு இருக்கு. பாணர்கள் 50, 60 குடும்பமா இருக்கும். ஒரு ஊசியக் கையில எடுத்துட்டாங்க. அது பெரிய ஊசி கொழுத்துன்னூசி, சின்ன ஊசி கைல எடுத்து தைத்தார்கள். இன்றைக்குப் பாணர்கள் நிலைமை அதுதான். எவருக்கும் இசை தெரியாது.

தமிழர்களோட வரலாறு முழுக்கப் பாடல்களாக அமைந்தது எப்படி?

பாடல்களாகப் பதிவு பண்ணப்படுதுன்னா உரைநடை வளர்ச்சி இல்ல. பாடல்களின் காலம் முடிந்து உடைநடையின் காலம் ஆரம்பிக்குதுன்ற தன்னுணர்ச்சிகூட அந்தக் காலத்துல இல்ல. அதனாலதான் மனோன்மணியம் மீனாட்சிசுந்தரம் பிள்ளை ஐரோப்பிய தத்துவங்களைக் கரைச்சு குடிச்சவர். தன்னுடைய நூலைப் பாடலாக எழுதுகிறார். உரைநடையின் காலம் தொடங்கி பாடல்களின் காலம் முடிந்துவிட்டது என அவருக்குத் தெரியல.

சங்க இலக்கியம் மேலோர் மரபு என்று கருதப்படுவதன் காரணம் என்ன?

பெரிய வேறுபாடுகளும், பிளவுகளும் இல்லாத காலம் சங்க இலக்கியம் பிறந்த காலம். பிறந்த காலத்துப் பண்புகளோடதான் அந்த இலக்கியம் இருக்கு. சங்க இலக்கிய காலத்துப் பண்புகள்தான் அவை பிறந்த காலத்துப் பண்புகள்.

சங்க இலக்கியம் உழைக்கும், ஒடுக்கப்பட்ட மக்களோட வாழ்வைச் சரியா பிரதிபலிக்கவில்லை என்ற குற்றச்சாட்டு குறித்து...

உங்க காலத்து அளவுகோலைக் கொண்டு சங்க காலத்தை அளக்க முடியாது. தஞ்சாவூர் கோபுரத்த உங்களுடைய மீட்டர் ஸ்கேல் வச்சு அளந்து பார்த்தா சரியா வருமா? அவன் காலத்துல அதுக்குன்னு ஒரு அளவுகோல் இருக்கு. வேற ஒண்ணும் வேணாம். தாத்தா காலத்துல கட்டப்பட்ட வீடுகளே தச்சு முழத்துல கட்டப்பட்டது. ஒரு தச்சுமுழம் 33 அங்குலம். அடி ஸ்கேல் வச்சுக் கட்டல. காலந் தோறும் அளவுகோல்கள் மாறுபடுது. அப்ப அந்தந்தக் காலத்து

அளவுகோலாக வச்சுத்தான் அத அளக்கணும். சில கோயில்கள்ல கோயில் கட்றபோது கோயில் எந்தக் ஸ்கேல் வச்சு கட்டுனானோ அத கல்லுல அடிச்சு வச்சுருக்குறான். தமிழ்நாட்டுல அப்படி ஒரு பத்துக் கோயிலாவது இருக்கும். அழகர் கோயில்லயே இருக்கு. திருமாலிருஞ்சோலை நின்றான் விமானத்த கட்றபோது அந்த ஸ்கேல் கிட்டத்தட்ட *33—35* அங்குலம் வரும். தஞ்சாவூர் கோயில் என்ன ஸ்கேல்?. காலந்தோறும் ஸ்கேல் மாறுது.

● தடாகம் வெளியீடு

கோவில்

முனைவர் சுந்தர் காளியுடனான உரையாடலில் ஒரு கட்டத்தில் பெருங் கோயில்கள் முடிவுக்கு வரும் என நம்பிக்கையுடன் குறிப்பிட்டுள்ளீர்கள். பெருங்கோயில்கள் முடிவுக்கு வரும் என்று எப்படிக் குறிப்பிடுகிறீர்கள்?

அவைகளை இனி பேணுவதற்கான செலவுகளை மக்கள் ஏற்கத் தயாராக இல்லை, அரசும் தயாராக இல்லை. விதிவிலக்காகத் தென்காசி கோயில்போல கட்டலாம். அவ்வளவுதான். தென்காசி கோயில்போல கட்டப்படவேண்டிய கோயில் 500, 1000 இருக்கு. எல்லாத்துக்கும் அரசும் செலவழிக்காது, மக்களும் செலவழிக்க மாட்டாங்க. அவைகள் பாழடைஞ்சு போகும். என்னோட கள ஆய்வுல நிறைய பார்த்திருக்கேன். இப்பக்கூட கள்ளிக்கோட்டை பக்கத்துல முத்துநாகபுரம் கோயிலைச் சுற்றி வயல்தான். ஊரே கிடையாது. வயலுக்கு நடுவுல ஒரு கோயில். அப்படி ஆயிரம் கோயிலாவது தமிழ்நாட்டிலே பார்க்கலாம். சனங்கள் கோயில விட்டு விலகிட்டாங்க. கோயில் அனாதையா இடிஞ்சு போயிடுது.

பெண்கள் கோயிலைப் பராமரிப்பதற்கும், பெருந்தெய்வக் கோயில்கள் பராமரிப்புக்குமான வித்தியாசம் பெருந்தெய்வக் கோயில் பராமரிப்பு இப்ப பெண்கள்ட்ட இல்லையே. நாட்டார் தெய்வக் கோயில்கள பெண்கள் பராமரிக்குறாங்க இல்லையா.

வடநாட்டு பிராமணர்கள் தமிழ்நாட்டுக்கு வரும்போது பெண்களோடு வரவில்லை தமிழகத்தில் பெண் எடுத்தார்கள் எனும்போது தமிழே அவர்களது தாய் மொழியாகிறது. ஆனாலும் சமஸ்கிருதத்தையும், இந்தியையும் தூக்கிப் பிடிப்பதற்கான காரணம் என்ன?

இது நம்ம மொழி இல்லேங்கிற நெனப்பு அவனுக்கு இருக்கு. பெண்களுக்கு அவங்க சமஸ்கிருதம் கத்துக் கொடுக்கல. மெட்ராஸ் யுனிவர்சிட்டில சான்ஸ்கிரிட் டிபார்ட்மென்ட் 1900—லேயே ஆரம்பிச்சுட்டாக்கூட ரொம்ப காலம் சான்ஸ்கிரிட் பெண்கள் சேர்றதில்ல. பெண்கள் சமஸ்கிருதம் கத்துக்கிற கூடாதுன்றதுல தெளிவா இருந்தான். ஏன்னா, அது ஆண் மொழி. ஆணாதிக்க மொழி, வீட்டு மொழியாக இல்லாம போச்சு. வீட்டு மொழியா இல்லாம போனா அவ்வளவுதான்.

பெண் தெய்வக் கோயில்கள் வடக்கு நோக்கியும், ஆண் தெய்வக் கோயில்கள் கிழக்கு நோக்கியும் அமைவதற்கான காரணம் என்ன? ஆண் தெய்வக் கோயில்களின் தோற்றத்திற்கான அடிப்படை காரணம் என்ன?

பெண் தெய்வங்கள் எல்லாமே வடக்கு நோக்கித்தான் இருக்கின்றன. ஒரு அடிப்படையான வேறுபாட்டை நீங்கள் மறந்து விடக்கூடாது. பெண் தெய்வங்கள் எல்லாம் கையிலே ஆயுதம் வைத்திருக்கும். ஆண் தெய்வங்கள் ஆயுதங்களை அலங்காரமாகவும், ஹஸ்த பூசனமாகத்தான் வைத்திருக்கின்றன. முருகன்கூட வேலைத் தோளிலே சாத்திக் கொண்டுதான் நிற்கிறானே தவிர கையிலே ஏற்றி எறிகிற தோற்றத்துல முருகன் வேலை வைத்திருக்கவில்லை. பெண் தெய்வங்கள் எல்லாம் ஆக்ரோஷமானவை. ஏன் இந்த ஆக்ரோஷம்? இந்த ஆக்ரோஷம் எங்கிருந்து வந்தது?

தாய்க் கோழியின் ஆக்ரோஷத்த நீங்கள் அடையிலே இருக்கிற முட்டையை எடுக்கப் போகிறபோதுதான், ஒரு கோழி எந்தளவுக்கு வன்முறையானது என்பதைப் பார்க்கலாம். அந்தளவுக்கு அது violentஆ இருக்கும்கிறத அடையிலே இருக்கிற முட்டையை எடுக்கப்போகிற போது தெரியும். அது மாதிரித்தான் தாய்த் தெய்வம்.

தாய்த் தெய்வம் ஏன் வடக்கு நோக்கி இருக்குன்னா அந்தக் காலத்தில் தமிழகத்தில் தாய் தெய்வக் கோயில்கள் எல்லாம் உருப்போடுகிற காலத்தில தமிழகத்துக்குப் பகை என்பது வடக்கிருந்து மட்டும்தான் வந்தது. கிழக்கிலும், மேற்கிலும், தெற்கிலும் கடல்கள் இருந்ததால் பகை வடக்கிருந்துதான் வரும் என்பதினாலே வருகிற பகையை எதிர்கொள்கிறதுக்காக வடக்கே நோக்கி இருந்தன. ஆண் தெய்வக் கோயில்கள் என்று சொல்லக்கூடிய கோயில்கள் எல்லாம் ஆகம வழிபட்ட கோயில்கள். பார்ப்பனிய செல்வாக்குக்கு உட்பட்ட கோயில்கள். அவர்களுடைய கருத்துப்படி முதல் திசை கிழக்கு என்பதனாலே கிழக்கு நோக்கி இருக்கிறது.

குழந்தை வேண்டி பிள்ளைத் தொட்டில் கட்டுவது இன்று பல கோயில்களில் நடைபெற்று வருகிறது. மரம் முழுக்க தொட்டில் களாகவும், திருமணம் வேண்டி துணிகளும் தாலிகளும் சுற்றி கட்டப் பட்டிருக்கின்றன. தந்தை பெரியார் இத்தகைய செயல்களை மூட நம்பிக்கையின் பெயரால் கடுமையாகச் சாடியுள்ளார். இதை எந்தக் கண்ணோட்டத்தில் தாங்கள் பார்க்கிறீர்கள்?

இவைகள் எல்லாம் புராதன நம்பிக்கை சார்ந்த விசயம். இமிடேட்டிங் மேஜிக், கன்டைட்டிங் மேஜிக், ஒத்து மந்திரம், தொத்து மந்திரம் என்பார்கள். மந்திரங்களும் சடங்குகளும் புத்தகத்தில் ஆ.சிவசுப்ரமணியன் இதப்பத்தி நிறைய எழுதியிருக்காரு. சில நம்பிக்கைகளை ஒண்ணும் பண்ண முடியாது. சின்ன வயசுலேயே நமக்கு முக்கா முக்கா மூணுதடவைன்னு சின்னப்பிள்ளை சொல்லுது.

மூணு என்பது புதிய எண்ணாகக் கருதப்பட்டிருக்கிறது. திருநீறு பட்டைய மூன்றாக இடுவது வரைக்கும். இது புராதன நம்பிக்கை. பல நேரங்களில் புராதன நம்பிக்கைக்கான காரண காரியம் கண்டுபிடிக்க முடியாது. சில நேரங்களில்தான் கண்டுபிடிக்க முடியும்.

பரத்தமை என்ற சொல்லின் வேர், அதன் நடைமுறை உருவாக்கம் குறித்தும், பெண்ணடிமைத் தனத்திற்கான கரு பரத்தமையில் உள்ளது பற்றியும் விளக்குங்கள். தேவதாசி மரபும், பரத்தமையும் ஒன்றா? அல்லது வேறு வேறா?

இல்ல. சங்ககால பரத்தமை என்பது வேறு. அவர்கள் இசைக் காரர்கள். பிற்காலத்திலே வந்த பரத்தமை Temple Prostitution. சங்ககால பரத்தமை என்பது Natural Prostitution. பிற்காலத் தேவதாசி மரபு என்பது Temple Prostitution. தேவதாசி மரபு இம்பிளிமெண்ட் ஆனதுல ஒன்பதுவகை இருக்கு. அவர்களை வேறுபடுத்திக்காட்ட தாசி, பதியிலா, தளியிலா, ருத்திரக் கன்னிகை, மாணிக்கத்தார், நக்கன், நாக பாசத்தார் என்பன போன்ற ஒன்பது வகையான தேவதாசிப் பிரிவுகள் இருந்திருக்கின்றன. அவர்கள் கோயிற் பணியாளர்களாகவும் இருந்திருக்கின்றனர். தேவதாசிகளாகவும் இருந்திருக்கின்றனர். Temple Prostitution உலகத்துல பல நாடுகள்ல இருக்கு. சிலப்பதிகார மாதவி கதாபாத்திரம், மாதவி வந்து பரத்தமைதான்.

தாய் வழிச் சமூகம் தன்னோட எல்லா வேர்களையும் இழந்தபோது தான் இதெல்லாம் நடக்குது. பெண் சொத்துரிமை என்பது ஆண் சொத்துரிமையாக வருகிறபோதுதானே பரத்தமை வருது. ஆண்தானே பரத்தமை வீட்டுக்கு போக முடியும். அவந்தானே அதற்காக செலவு பண்ணுகிறவன். உடைமையும் ஒழுக்கமும் என்று நான் ஒரு கட்டுரை எழுதியிருக்கேன். தெய்வமே பரத்தமை வீட்டுக்குப் போகுதில்ல. சிவபெருமான் பல ஊர்கல்ல போவாரு. பெருமாளும் போவாரு. சப்பரத்துல தேவதாசி தெருக்களே இல்ல. அழிந்துபோனது என்பது மட்டுமல்ல, முள்ளுக்காடுகளாக இருக்கின்றன. முள்ளுக்காட்டு வரைக்கும் பழைய ஞாபகத்துல மோந்துபார்த்துட்டே போய்ட்டு வாராரு சாமி. ‘மாமியார் முடுக்கு’ன்னுவாங்க.

கோயிலின் வெளி எவ்வாறு பங்கிடப்பட்டது?

கோயிலுக்குத் தேவையான பணிகளைச் செய்றவங்க கோயிலுக்கு பக்கத்திலேதான இருக்க முடியும். தொழிற்சாலைக்குள்ளயே சில இடங்கள்ல குடியிருப்பு (குவாட்டர்ஸ்) இருக்கில்ல. அதுனால கோயில் பக்கத்துல வாழுற சாதில முதல்ல அர்ச்சகர், அப்புறம் நிலங்களப் பராமரிக்கிற வேளாளர்கள், அப்புறம் கோயிலுக்கான சேவைகளைச் செய்யக்கூடிய இசைக்காரர்கள். பால்கொண்டு வருபவர்கள் இவர்கள்தான் கோயிலுக்குப் பக்கமா இருக்கிறாங்க. நிலத்

தொழிலாளர்கள் கோயிலுக்கு வெளியிலே ரொம்பத் தொலைவிலே இருப்பாங்க. இப்படித்தான் அந்த வெளி பங்கிடப்பட்டிருக்கு. இதுபத்தி ஒரு கட்டுரை எழுதியிருக்கேன். சேவியர் கல்லூரி மலரிலே வந்திருக்கிறது.

கோயிலில் பூசை செய்யக்கூடிய ஆட்களாக இன்றைய தாழ்த்தப்பட்ட சமூகம் இருந்தது குறித்து...

இங்கே அதோட தொல்லெச்சங்கள் பல இடங்கள்ல இருக்கு. அதப்பத்தி வெள்ளக்காரன் வாலோஸ்ல இருந்து நிறையப் பேர் எழுதியிருக்காங்க. இன்றைக்கும் கருமாத்தூர் மூணு சாமி கோயில்ல பூசாரி பறையர்தான். கடுமையான சாதி வேற்றுமையையும், வன்முறை உணர்வும் கொண்ட உசிலம்பட்டி கள்ளர்கள் அவர்களிடம்தான் திருநீறு வாங்கிப் பூசிக்கிறாங்க. மாரியம்மன்னு சொல்லக்கூடிய பெண் தெய்வத்திற்குப் பறையர்கள்தான் கணவர்கள். நான் எழுதியிருக்கேன். மாரியம்மன் தாய் தெய்வமா, கன்னித் தெய்வமான்னு கேட்டா தாய் தெய்வம். கழுத்துல தாலி இருக்கு. கணவன் யாருன்னு கேட்டா பறையர்கள்தான். மாரியம்மனுக்குப் பறையர்கள் தாலி கட்டி திருக்கல்யாணம் நடந்திருக்கு. இது தெரிஞ்சுடக்கூடாதுன்னுதான் திருக்கல்யாணத்தையே நிறுத்திட்டாங்க. மாரியம்மன் கோயில்களில் திருக் கல்யாணம் கிடையாது. ஏன்னா பறையர் தாலிகட்ற அந்த சடங்கைக் யாரும் பார்க்கக்கூடாது.

கன்னித் தெய்வம், தாய்த் தெய்வம் வகைப்பாடு எப்படி?

கன்னியாகச் செத்துப் போனால் திருநிலைப்படுத்துகிறபோது கன்னித் தெய்வம். அந்த வழிபாட்டுக்குச் சிற்றாடைதான் படைப்பாங்க. சேலை வைக்கமாட்டாங்க. தாய்த் தெய்வத்திற்கு சேலை படைப்பாங்க. கன்னித் தெய்வ வழிபாடு குடும்ப வழிபாடா இருக்குது. பொது வழிபாடா இருக்காது.

சிதம்பரம் கோயில், தஞ்சாவூர் கோயில் இரண்டிற்குமான வேறுபாடு என்ன?

தஞ்சாவூர் கோயில் கட்டப்படுகிறபோது சித்தாந்த சைவக் கோயில் அல்ல. பாசுபத சைவக் கோயில். பாசுபத மூர்த்தங்கள் ஐந்து மூர்த்தங்கள்தான் அந்தக் கோயில்ல இருக்கு. அகோர சிவம், வாம சிவம், சத்தியோஜம். தஞ்சாவூர்க் கோயில் அர்ச்சகர்கள் கூட பாசுபதர்களாகத்தான் இருந்திருக்கிறார்கள். பாசுபதர்களைச் சித்தாந்த சைவர்கள் தமிழ்நாட்டிலிருந்து அடித்து விரட்டியிருக்கிறார்கள். திருமழிசைல, திருவொற்றியூர்ல, நெல்லை மாவட்டம் திருலிங்கேஸ்வரர்ல அந்தக் கல்வெட்டுச் சான்றே இருக்கு. அடிச்சு விரட்டியிருக்காங்க. குகைநீக்கம்னு அதுக்குப் பேரு. யாருடைய குகை. பாசுபதர்களுடைய குகை.

இப்ப சைவருடைய கோயில பிராமணர் பிடிச்சுட்டான்னு சொல்றாங்க. கதை மாறிப் போச்சு. பாசுபதர்களை சைவர்கள் அடிச்சு விரட்டியிருக்காங்க. பெரியபுராணம் தஞ்சாவூர் கோயில் கட்டி 150, 200 வருசம் கழிச்சு வந்த சேக்கிழார் மறைமுகமாகக் கூட ஒரு குறிப்பாகச் சொல்ல மாட்டார். அந்தக் கோயில் கோபுரத்த பார்த்தாலே மூஞ்சிய திருப்பிக்கிடுவாங்க. நெல்லைக் கண்ணன்தான் வேடிக்கையா சொல்வார். கூரத்தாழ்வாரோட அப்பா நைனாக்குளத்து கரையில கருட தரிசனத்துக்கு நிக்கிறபோது நெல்லையப்பர் கோயில் கோபுரம் கண்ணுலபடுமேன்னு சொல்லி கன்னத்துல போட்டுக்குவார். அந்தளவுக்கு இவங்க இருந்தாங்க.

இராஜராஜன் கோயிலை இந்துத்துவ சக்திகள் கையில எடுக்குதே?

முடியாதுதான். முயற்சி பண்றான். தஞ்சாவூர்க் கோவில் பாசுபத சைவம்னு ஒருத்தர் வழக்கு போட்டார். பிஜேபி எப்படிக் கவுண்ட்டர் பண்ணுவான். பி.ஜே.பிக்கு சைவமே தெரியாது. பாசுபதம் எங்க தெரியப் போகுது? பி.ஜே.பி ரொம்ப வீக்குங்க. தமிழர்களோடும், தமிழ்க் கலாச்சாரத்தோடும், தமிழ் குவாலிட்டியோடும் ஒப்பிடுகிற போது பிஜேபி ரொம்ப வீக். பிறப்பொக்கும் எல்லா உயிர்க்கும்—ன்ற திருக்குறள ஏத்துக்கிறாதவன் தமிழ்நாட்ல நிக்க முடியுமா?

கண்ணன் பலராமன் வழிபாடு குறித்து...

கண்ணன் வழிபாடுதான் இருக்கு. பலராமன் வழிபாடு செத்துப் போச்சு. ஒரே ஒரு பேர் முன்னால விடுவாங்க. இப்ப அதுவும் அதிகமா காணோம். வெள்ளைச்சாமினு ஒரு பேர். திண்டுக்கல் வட்டாரத்துல முத்துலக்கையன் பேர் நான் கேள்விப்பட்டிருக்கிறேன். அங்கயும் இப்ப இல்ல. அதுவும் பலராமன குறிக்கிறது. செத்துப்போன கடவுள்களோட பட்டியல்ல பலராமனும் சேர்ந்துட்டார்.

நிறைய தெய்வங்கள் செத்துப்போய்விட்டன. ‘பார்ப்பன பயங்கரவாத மாநாடு’ன்னு தஞ்சாவூர்ல நடத்துனாங்கல்ல. அதுல இதுபத்தி நாற்பது நிமிடம் பேசினேன். அவங்க அத சி.டியாவும் போட்டுருக்காங்க. கேட்டுப் பாருங்க.

கி.பி.8ஆம் நூற்றாண்டுக்கு முன்புவரை தமிழகத்தில், சுடுமண்ணாலும், மரத்தாலும் கோயில்கள் அனைத்தும் கட்டப்பட்டிருந்தனவா? தற்போது உள்ள கோயில்களில் சில உதாரணங்களையாவது காட்ட முடியுமா?

இல்லங்க. அது கற்கோயில் கட்டுமானம் அல்ல. மதம் அந்தளவு வலிமையானதா மாறல. அரசர்கள் அத தேவைன்னு நினைக்கல. ஆனா மண்ணாலான கோயில்கள காட்டுகிறதுபோல சில சொல்லெச்ச சடங்குகள் இருக்கின்றன. சங்கரன் கோயிலப் பார்த்தீங்கன்னா கோயில் யானை போயி மண்ணெடுத்துட்டு வரும் திருவிழாவுக்கு.

ஒருகாலத்துல ஆண்டுதோறும் மண் எடுத்து புதுக்கோயில் செஞ்சுருக் காங்க. அது அதனுடைய எச்சப்பாடுதான்.

ஒருமுகப்படுத்துதல் என்பதில் பல உருவமுள்ள சிலைகளை அகற்றி, உருவமற்ற அருவுருவமான சிவலிங்கம் என்ற வடிவம் எதனடிப்படையில் வந்தது?

இராஜராஜன்தான் செஞ்சார். அரசு அதிகாரச் சிந்தனை. ஒன்றே எல்லாம் என்கிறபோது பண்பாட்டு பன்முகத் தன்மையை அழிக்கிறதுதான் அரசு உருவாக்கம். அழிச்சான் அவன். அதுக்கு முன்னால உள்ள மகாபலிபுரத்து பல்லவர் கோயிலப் பார்த்தீங்கன்னா, திருத்தணி கோயில் உட்பட, இப்பொழுது இருக்கிற கர்ப்பக் கிரகத்தில பின்பக்கச் சுவர்களிலே உருவங்கள் வேறுவகையான உருவங்கள் இருந்திருக்கின்றன. இராஜராஜன்தான் ஒரே சிவலிங்கம் மட்டும் இருக்கணும்னு முடிவு பண்ணிட்டான். எல்லாவற்றையும் அழித்து ஒன்றுமேல் எழுவதுதான் ஏகாதிபத்தியம். இராஜராஜன் ஏகாதிபத்தியவாதி.

அரசு உருவாக்கம் தமிழ்ச் சமூக மரபுல முதல்ல எப்ப வருது?

ஆதிச்சநல்லூர்லயே தங்கத்தாலான நெற்றிப்பட்டங்க நமக்கு கிடைக்குது. நெற்றியில பட்டம் கட்டுகிறபோதே அரசு உருவாக்கச் சிந்தனை வந்துட்டுதுனுதான அர்த்தம்.

‘போந்தை வேம்பே ஆர் என வரூஉம்

மா பெருந் தானையர் மலைந்த பூ’

என்ற பாடல்ல மிகப் பெரிய படைகள் இருக்கும்னு தொல்காப்பியர் சொல்றாரே அப்பவே அரசு உருவாக்கம் வந்துருச்சு. கொஞ்சம் கொஞ்சமா வளருது. இன்னைக்கு நம்ம இறப்புச் சடங்குகள்ல அதெல்லாம் பார்க்கலாம்.

இராஜராஜனின் பக்தி இயக்கத்தோட தத்துவப் பின்புலத்தின் உதவி என்ன?

ஆமா, அத கைலாசபதி பேரரசும், பெருந்தத்துவமும்னு ஒரு நெடுங் கட்டுரையாவே எழுதியிருக்காரு. சைவம் எனும் பெருந்தத்துவம் வளர்கிறபோது சோழ அரசு உருவாகுது. சோழ அரசு சைவச் சித்தாந்தத்தை உருவாக்குது. ஒன்னையொன்று சார்ந்து நாணயத்தின் இரண்டு பக்கங்கள்போலப் பிரிக்க முடியாதபடி இருக்கின்றன.

சமயக்குரவர் நாலு பேர்ல அப்பரைத் தவிர மூவரும் பார்ப் பனர்கள். சைவத்தை விட வேதம் முன்னிருத்தப்பட்டதா? அப்பர் தோற்கடிக்கப்பட்டாரா?

ஆம். அப்பர் தோற்கடிக்கப்பட்டார்.

சாத்திரம் பல பேசும் சழக்கர்காள்! கோத்திர(ம்) மும் குலமும் கொண்டு என் செய்வீர்? பாத்திரம் சிவன் என்று பணிதிரேல், மாத்திரைக்குள் அருளும், மாற்பேறரே.

இன்னைக்கும் சைவ மடங்கள் முழுக்க சாதி மடங்கள்தானே. அப்புறம் என்ன?.

ராசராசன் பார்ப்பனத் தத்துவத்தை ஏற்றுக் கொள்ள வேண்டிய நிர்ப்பந்தம் என்ன?

அவருக்கு அந்த மாதிரி விரிந்த எதிர்காலத்துக்கு ஏற்ற மாதிரி தத்துவப் பார்வையெல்லாம் கிடையாது, சமகாலத்த தவிர. குறிப்பிட்ட இனக்குழுவுல பெண்ணெடுத்த பகையை சமாளிக்கலாம்னா பெண் எடுத்துக்குவான். அவங்கள சமரசம் பண்ணுக்கிடுவான். அவங்கள அழிக்கனும்னா அழிச்சுருவான். அழிக்க முடியாதபோதுதான் சமரசம் பண்ணுவான்.

ராசராசன் காலத்தில்தான் சாதி இறுக்கம் அதிகமாகியதா?

பல்லவர் காலத்துலேயே சதுர்வேதி மங்கலம் வந்துட்டுது. வேதப் பார்ப்பனர்கள் அப்பவே வந்துட்டாங்கல்ல. தொண்டை மண்டலம் நாடு அரசு உருவாக்கம் பற்றி முனைவர் பட்டம் வாங்கியிருக்காரு சாந்தலிங்கம். அவரிடம் கேளுங்கள்.

அழகர்கோவில்

மதுரை பற்றி...

மற்ற இடங்களிலே இல்லாத செய்திகளையும் நிகழ்வுகளையும் தன்னிடத்திலே வைத்துக் கொண்டிருக்கக் கூடிய ஒரு நகரம். குறிப்பாக வழக்காறுகள், சடங்குகள், ஆடல், பாடல் இவைகளை எல்லாம் மதுரை தன்னகத்திலே வைத்திருக்கிறது. தமிழ்நாட்டினுடைய வேர்கள் என்று சொல்லக்கூடிய பக்தி இலக்கிய காலத்திற்கு அப்புறம் உள்ள வேர்களைக் கூட மதுரைதான் வைத்திருக்கிறது. சிவபெருமான் 64 திருவிளையாடல் நடத்தினார்னு சொல்றோம்ல. அந்த திருவிளையாடல் திருவிழாக்களாக நடத்துகிறார்கள். 64 திருவிளையாடல்கள் மதுரையில் தானே நடந்தது. மதுரை கோயிலில் மட்டும் தானே அந்த விழாக்கள் நடத்தப்படுகின்றன. மதுரை தனிச்சிறப்புடைய நகரம்.

மதுரை அரசியா மீனாட்சியை சொல்வதற்கான காரணம் என்ன?

இன்னும் மதுரை மக்களுடைய நம்பிக்கையின்படி மதுரை வந்து மீனாட்சிப் பட்டினமே தவிர சொக்கநாதபட்டினம் அல்ல. மீனாட்சியினுடைய ஆளுகைக்கு உட்பட்ட ஊர். தமிழ்நாட்டிலேயே ஒரு பெண் முடிசூடி அரசாளுவதாக ஒரு திருவிழா நடக்கிறது. அங்கே மட்டும்தான். பட்டாபிஷேகம் நடக்கிறது. அவர் வந்து ராணியின் கணவர் தானே தவிர, ராஜா அல்ல. இதான் மதுரையினுடைய சிறப்பு.

அழகர் கோயில் ஆய்வைத் தேர்ந்தெடுத்ததற்கான காரணம்?

அழகர் கோயில் ஆய்வ நான் தேர்ந்தெடுக்கல. அத என்னோட நெறியாளர் டாக்டர் சண்முகம் பிள்ளை அத என் தலைல வச்சு கட்டுனாரு. கோயிலாய்வுகளுக்கு போகனும்னே நான் நினைக்கல. அடிப்படையில நான் பெரியாரிஸ்ட். 15 வயசுலேயே சாமி கும்பிடறதெல்லாம் விட்டுட்டேன். நான் புதுமைப்பித்தன் பத்தி ஆய்வு பண்றேன்னுதான் சொன்னேன். அவர் தான் வேற எதாவது பண்ணு அப்படின்னாரு. அழகர் கோயில் பார்த்திருக்கியான்னார். பார்த்திருக்கேன்னேன். அதப் பத்தி பண்ணுன்னாரு. ஓரளவு எனக்கு விசயம் தெரியும். சரி பண்றேன்னேன். அவ்வளவுதான். அது ஒரு

Accitential diversion. நான் அதற்காகவே இரண்டாண்டுகள் Sanskrit படிச்சேன். நான் Sanskrit Diploma Holder. Sanskrit Professor சுந்தரமூர்த்தின்னு ஜெர்மனி, சிலோன்லாம் வேலை பார்த்துட்டு மதுரையில Settle ஆனவர் அவர்தான் எனக்கு ஆசிரியர்.

மதுரை அழகர்கோயில் பகுதியில் உள்ள கள்ளர்கள் குறித்து

மதுரையின் சிறப்பு என்பது, நெடுங்காலமாக ஒரு அரசியல் தலைநகரமாக இருக்கின்றது. எனவே அதைச் சுற்றி வாழுகிற மக்கள் அந்த தலைநகரத்தோடு பண்பாட்டு ரீதியாகவும், சமூகரீதியாகவும் உறவு கொண்டுள்ளனர். இந்த உறவு பலவகைகளில் எதிரொலிக்கிறது. இப்படி மதுரையிலே இருக்கிற கள்ளர்கள் ஒரே வகையான கள்ளர்கள் இல்லை. மதுரைக்கு மேற்கே இருக்கிற கள்ளர்கள் வேறு. மதுரைக்கு மேற்கே இருக்கிற உசிலம்பட்டியில் இருக்கிற கள்ளர்கள் வேறு. அவர்கள் மலைக்கள்ளர்கள். மதுரை மேலூர் பகுதியிலே இருக்கிற கள்ளர்கள் நாட்டுக்கள்ளர் என்பர். சிவகங்கைப் பகுதியிலே இருக்கிற கள்ளர்கள் வேறு. புதுக்கோட்டைப் பகுதியிலே இருக்கிற கள்ளர்கள் வேறு. தஞ்சாவூர் பகுதியிலே இருக்கிற கள்ளர்கள் வேறு. நிக்கோலஸ்னு ஆங்கிலேயே ஆய்வாளர்.

புதுக்கோட்டை சமஸ்தானத்தைப் பத்தி எழுதியிருக்கார். வின்செஸ்ட் பெரோரா கள்ளர்களைப் பற்றி 11 பிரிவுகளைக் குறிப்பிடுகிறார். திருமணம் செய்து கொள்ள முடிகிறதோ அதுதான் அந்த சாதியினுடைய எல்லை. அதைத்தாண்டியாச்சுன்னா ஒரே பட்டத்தைப் பெற்றிருந்தாலும் கூட அது வேற சாதி.

மதுரையைப் பொறுத்தமட்டிலே மதுரையில் இருக்கிற அரசியல் நிகழ்வுகளுக்கு இந்த சுற்றுவட்டாரத்திலே இருக்கிற மக்கள் ஏதேனும் ஒரு வகையிலே தங்கள் பங்களிப்பை கட்டாயமாக செலுத்தியிருக்கிறார்கள். மதுரைக்கோயிலும் பல அரசியல் விபத்துகளை சந்தித்திருக்கிறது. எனவே கள்ளர்களும் அந்த விபத்துக்களை எதிர்கொண்டிருக்கிறார்கள். மற்ற மக்களும் எதிர்கொண்டிருக்கிறார்கள். ஏதோ ஒரு வகையிலே அந்தக் கோயிலை மையமிட்ட நகரம் ஒரு உணர்வுப்பூர்வமான ஈர்ப்பாலே.

ஒரு நல்ல உதாரணம் தமிழ்நாட்டிலே மீனாட்சி சொக்கர் தாலாட்டு. எல்லா இடங்களிலும் வழங்குகிற ஒரு தாலாட்டு. இந்த தாலாட்டு வேறு எந்த தெய்வத்துக்கும் கிடையாது. வட்டார ரீதியாகவோ, சாதி ரீதியாகவோ வேறு எந்த தெய்வத்துக்கும் கிடையாது. மீனாட்சி தெய்வத்துக்கு மட்டும்தான் தமிழ்நாடு முழுவதும் ஏற்றுக்கொள்ளப்பட்ட தாலாட்டு பாடல்கள் உள்ளது. எல்லாச் சாதியும், ஏதேனும் ஒரு வகையிலே அரசியல் ரீதியாகவும், சமூகரீதியாகவும் மதுரையோடு பிணைக்கப்பட்டிருக்கிறார்கள்.

வெறுமனே அது அவர்களுடைய வாழ்வாதாரமாக மட்டும் அமைய வில்லை.

மதுரை அழகர்கோயிலோடு தொடர்புடைய கள்ளர்களுக்கும் அந்தக் கோயிலுக்கு கிழக்கேயும் தென்கிழக்கேயும் வாழுகிற கள்ளர் கள்தான். இவர்கள் பொதுவாக அம்பலம் என்ற பட்டத்தைப் போட்டுக் கொண்டிருக்க கூடியவர்கள். இவர்களுடைய சாதியினுடைய அடையாளமாக ஏதேனும் ஒன்றைச் சொல்ல வேண்டுமென்றால் இவர்கள் மாடு வளர்ப்பதிலே ரொம்ப ஈடுபாடு கொண்டவர்கள்.

மாடு வளர்ப்பது என்றால் ஜல்லிக்கட்டு காளை வளர்ப்பது. அந்த வீரவிளையாட்டு அவர்களாலேதான் நடத்தப்படுகிறது. அவர்களுடைய ஆதரவிலும், அவர்களுடைய செலவிலும்தான் நடத்தப்படுகிறது. அழகர்கோயிலோடு தொடர்புடையவர்கள் அந்தக் கள்ளர்கள்தானே தவிர உசிலம்பட்டி கள்ளர்கள் அல்ல. மேலூர் நாட்டுக்கள்ளர்களைப் பார்த்தால் வீட்டுக்கு வீடு கருப்பன் அல்லது பெரிய கருப்பன் என்ற பெயர் இருக்கும்.

அழகர் கோயில் பழமுதிர்ச்சோலை முருகன் கோயில் குறித்து?

நான் அதை மறுத்து ஒரு கட்டுரை எழுதியிருக்கிறேன். அழகர்கோயில் பழமுதிர்ச் சோலை அல்ல. அது முருகனுக்கு ஆறுபடை வீடல்ல. 100 படை வீடுகள் உண்டு. ஆனால், பழமுதிர்சோலை அதிலே சேராது என்று கட்டுரை எழுதியிருக்கிறேன். அது நீதிமன்றத்திலே ஆவணமாக தாக்கல் செய்யப்பட்டிருக்கிறது. அது மிகவும் பிற்காலத்திலே மிஞ் சிப்போனால் 60 — 70 ஆண்டுகளுக்கு முன்னாலே பி.டி.ராஜன்னால் உருவாக்கப்பட்டது. சாம்பல்புத்தூர் மண்டபம் என்றுதான் அதற்கு பெயர். அந்த இடத்தை புளிக்குமிச்சான்மேடு என்றும் சொல்வார்கள். அந்த இடத்திலே ஒரு முருகன் சிலையை நிறுவி அவர் அதை பிரபலமாக்கிவிட்டார். பழனிவேல்ராஜனுடைய தந்தை பி.டி.ராஜன். அதற்கு பின்புதான் அதற்கு பழமுதிர்சோலை என்ற பெயரே தவிர எந்த ஆவணங்களிலும், கோயில் ஆவணங்களிலும் அதற்கு பழமுதிர்சோலை என்ற பெயர் கிடையாது. இந்த பெயரால் அதை வழங்கக்கூடாது என்று நீதிமன்றத் தீர்ப்பே உள்ளது.

நாட்டார் மக்களுக்கும் அழகர் கோயிலுக்குமான நெருக்கமான தொடர்பு எப்படி ஏற்பட்டது?

அழகர்கோயில் வழிபாட்டிலே நிறைய நாட்டார் மரபுகள் இடம்பெறுகின்றன. குறிப்பாக நான் நாலு சாதிகளைப் பற்றி ஆய்வு செய்திருக்கிறேன். கள்ளர், வலையர், யாதவர் எனப்படும் இடையர், தாழ்த்தப்படுத்தப்பட்ட மக்கள் இவர்களோடு கோயில் என்ற சமூக நிறுவனம் கொண்டுள்ள உறவைத்தான் நான் ஆய்வுப் பொருளாக்கினேன். வெவ்வேறு காலத்திலே வெவ்வேறு

பின்புலத்திலே அந்த உறவுகள் உருவாகியிருக்கு. இந்த மக்களுடைய வழிபாட்டு உணர்வையும், கோயில் என்கிற நிறுவனத்தையும் இணைக்கும் பாலமாக கருப்பசாமி வழிபாடு இருக்கிறது.

ஏனென்றால் இவர்கள் வாசலிலே இருக்கிற கருப்புசாமியை மட்டும் வணங்கிவிட்டு அப்படியே திரும்பிவிடுபவர்கள் உண்டு. உள்ளுக்குள்ளே இருக்கிற அழகரைப் பற்றி கவலைப்படாமல் போகிறவர்கள். அழகர்கோயில் கருப்புசாமி வழிபாட்டிலே ஏராளமான ஆடுகள் பலியிடப்படுகின்றன. அடைக்கப்பட்ட சன்னதிக் கதவுமுன் இரத்தம் குவிந்து கிடக்கிறது. இதைக் கோயில் நிர்வாகம் பண்பாட்டுச் சமரசமாக ஏற்றுக்கொள்கிறது.

ஏனென்றால், இந்த மக்கள்தான் இந்தக் கோயிலை பாதுகாக் கிறவர்கள். இந்தக் கோயிலுக்கு உரிய காணிக்கைகளை முறையாகவும் ஒழுங்காகவும் செலுத்துகிறவர்கள். கோயில் நிர்வாகம் மக்களோடு சமரசம் செய்துகொள்கிறது. அந்தக் காலத்திலேயே செய்து கொண்டது. அது இந்தக் காலத்திலும் தொடர்கிறது. அதனால் நாட்டார் மரபு சார்ந்த எல்லா வழிபாட்டுமுறைகளும் இந்தக் கோயில் வழிபாட்டோடும் திருவிழாவிலே கலந்திருக்கும். திரியெடுத்தாடுதல், சாட்டையடித்து ஆடுதல் வேடமிட்டு ஆடுதல் எல்லாம் நாட்டார் மரபிலிருந்து வந்தவைதான்.

கள்ளர் சாதி என்பது வைணவ சாதியா?

பிராமணர், வேளாளர் இரண்டு சாதியைத் தவிர மற்ற சாதிக் காரர்களுக்கு மதம் கிடையாது. அவர்கள் வாழுகின்ற இடத்தைப் பொறுத்து வாழுகின்ற சூழலைப் பொறுத்தும் வழிபாட்டு முறைகள் இருக்கும். வைணவ நெறியிலே கொஞ்சம் ஆர்வம் காட்டுகிறவர்களாக யாதவ சமூகத்தினரும், தெலுங்கு மொழி பேசும் மக்களும் இருந்திருக்கின்றனர். சாதி என்று வருகிறபோது அது மண உறவு எல்லையைக் குறிக்கிற இனக்குழுவாகும். இந்தத் தன்மையினை உடைய அந்த நிறுவனத்தை மதத்தோடு நீங்கள் சேர்த்துப் பார்க்க கூடாது. சிவன் கோயிலுக்கு போனால் அவன் சைவன், பெருமாள் கோயிலுக்குப் போனால் அவன் வைணவன். அவ்வளவுதான். இந்த வேதங்களெல்லாம் நாட்டார் மரபிலே பாதிப்பதில்லை.

அழகர் கோயில் முதல் மரியாதை தேர் வடம்

எல்லா கோயில்களுமே தேர்வடம் இழுக்கும்போது அந்த மக்கள் சக்தி தேவைப்படுவதினாலே அந்த மக்கள் சக்திக்கு மரியாதை தரும் வகையிலே முதல் மரியாதை தரும் பழக்கம் வட்டார ரீதியாகவும், அரசியல் ரீதியாகவும் கொஞ்சம் வேறுபாடுகளோடு இருக்கும். இங்கே கள்ளர் சமூகத்திற்கு அந்த மரியாதை தரப்படுகிறது.

அழகர் வரும்போது கள்ளர் வழிமறிச்சாங்கன்னு சொல்றது

அதான் உண்மை. அழகர் மதுரைக்கு வருகிறபோது இதே கள்ளர் சாதியினர் மறித்து தாக்குதல் நடத்தியது உண்மை. அது ஒரு போலச் செய்தலாக புனைவாக ஒரு எனாக்மென்டா (Enactment) மதுரையிலே இன்னும் நடத்திக் காட்டப்படுகிறது. ஆனாலும்கூட கோயில் என்ற பெரிய சமூக நிறுவனம் பண்பாட்டுச் சமரசம் செய்துகொள்கிறது என்றுதான் சொல்லுவேன்.

மதுரை நாயக்கர் துலுக்க நாச்சியார் கட்டுரைக்கு ஒருவர் இந்து பத்திரிகையில் மறுப்பு எழுதியுள்ளாரே?

பண்பாட்டுச் சமரசம் என்பதே கோயில் என்ற பெரிய நிறுவனம் ஏழை எளிய மக்களிடத்திலே சாதிநிலையிலே கீழ்தாழ்த்தப் பட்டவர்களோடு செய்து கொண்டது, பல ஊர்களிலே செய்து கொண்டது. திருவரங்கம் கோயிலிலும் இந்த பண்பாட்டு சமரசம் உண்டு. அங்கே துலுக்க நாச்சியார் சன்னதி இன்றைக்கும் இருக்கிறது. ஆனால், சிலையாக இல்லை சித்திரரூபமாக இருக்கிறது.

இதைவிட ஒரு ஆச்சர்யமான விசயம். தென்னாற்காடு மாவட்டத்திலே திருமுட்டம் என்று ஒரு தலம் இருக்கிறது. அது ஒரு வைணவக்கோயில். பூவராகவப்பெருமாள் கோயில். மூலஸ்தானத்திலேயே கருவரையிலே நிற்கின்ற பன்றி வடிவத்திலே இருக்கிறார். உயிரினங்களிலேயே இஸ்லாமிய மக்களால் மிகவும் வெறுக்கப்படுகிற மிருகம் பன்றி. அந்தப் பெயரையே ஒரு வசவாக அவர்கள் கருதுவார்கள். கள ஆய்விலே இஸ்லாமிய மக்கள் வந்து வழிபட்டு மற்றவர்களைப்போல தேங்காய் உடைத்து வழிபட்டுச் செல்வதை கண்ணாறப் பார்த்தேன். இத என்ன சொல்றது?

என்னுடைய ஆய்வேட்டில நான் எழுதியிருக்கிறேன். பன்றி வடிவப் பெருமாள் இருக்கிற கோயிலிலே இஸ்லாமிய மக்கள் வந்து வணங்குகிறார்கள். அதை கோயில் நிர்வாகமும் ஏற்றுக் கொள்கிறது. இத்தனைக்கும் அந்தக் கோயிலிலே இஸ்லாமிய படையெடுப்புக் காலத்திலே சில அழிவுகள் நேர்ந்ததென்று அந்த உள்ளூர் வரலாறுகள் தெரிவிக்கின்றன. அப்படி இருந்தும் இஸ்லாமியர்கள் வருகிறார்கள். கோயில் நிர்வாகமும் அவர்களை ஏற்றுக் கொள்கிறது என்றால் அது பண்பாட்டுச் சமரசம் என்றுதானே பொருள்.

அழகர் சித்திரைத் திருவிழாவை நாயக்கர் சைவ வைணவ இணைப்புன்னு ஒரு விமர்சனம் இருப்பது குறித்து...

சைவ வைணவ முரண்பாடுகள் கூர்மையாக இருந்த காலத்திலே மதுரை நாயக்க மன்னராக இருந்த திருமலைநாயக்கர் இதை செய்திருக்கலாம். ஆனால், மதுரைக்கு வருவதற்கு முன்னாலேயே

அழகர் சோழவந்தான் போற வழியிலே உள்ள தேனூர் ஆற்றிலேதான் இறங்கினார். திருமலைநாயக்கர் காலத்திலே மாற்றினார் என்பதை எல்லா வாய்மொழி மரபுகளும் ஏற்றுக் கொள்கின்றன. சைவ, வைணவம் என்பது நாட்டார் மக்களை பொறுத்த அளவு பிரச்சனையே இல்லை. கருப்பசாமி கோயிலுக்கு போகும்போது திருமண் வைத்திருப்பான். மீனாட்சியம்மன் கோயிலுக்கு வருகிறபோது திருநீறு வைத்திருப்பான். அவர்களை இது பாதிப்பதே இல்லை. சைவ வைணவ முரண்பாடுகள் கூர்மையடைகிற போது நாட்டார் மக்கள் எண்ணிக்கையிலே பெருந்தொகையாக இருப்பவர்கள், ஆயுதமேந்தி பழக்கப்பட்டவர்கள். இவர்களோடு சமரசமாக இருக்கணும்கிறதுக்காக இந்த திருவிழாவை அவர் உருவாக்கியிருக்கலாம்.

அழகர் வண்டியூர்க்கு துலுக்க நாச்சியார் வீட்டிற்குப் போவதாக கதை சொல்கிறார்களே?

துலுக்க நாச்சியார்க்கு ஸ்ரீரங்கத்துலதான் சன்னதி இருக்கு, அதுவும் சித்திர ரூபத்துல. வண்டியூர் பெருமாள் கோயில்லதான் அழகர் தங்குறாரு. கேட்டா அந்தா துலுக்க நாச்சியார் வீட்டுக்கு தங்கப் போறாரும்பாங்க. நம்ப முடியாத, விடை சொல்ல முடியாத கேள்விகளுக்குக் கதைகளை விடையாகக் தந்துவிடுவது நாட்டார் மரபு. வானம் ஏன் இவ்வளவு உயரமா இருக்குன்னு கேட்டா கீழதான் இருந்துச்சு, ஒரு கிழவி பெருக்கி நிமிரும்போது இடுச்சுச்சு. உடனே அவ எட்டுவண்டி மண்ணுக்கும் எட்டாமப் போன்னு வாரியலால ஒரு சாத்து சாத்துச்சு. உடனே வானம் மேலே போயிருச்சு. பதில் சொல்ல முடியாத கேள்விகளுக்கு கதைகள்தான் விடை. நம்பிக்கைகள்தான் விடை. எத்தனை நட்சத்திரம் இருக்கு? விவரமாயிட்டவன் பதில் சொல்லுவான் 5131. நேத்து ஒண்ணு விழுந்துச்சே அதையும் சேர்த்தா 5132. எண்ணிப்பாரு. இதான். நாட்டார் மனம் சைல்டிஸ்சாத்தான் இருக்கும். அவர்கள் கதைகளிலே திருப்தியடைந்துவிடுவார்கள்.

துலுக்க நாச்சியார் போல, அழகர் கோயில் பதினெட்டாம் படிக்கருப்பு எப்படி சாத்தியமாச்சு?

வைணவம் நாட்டார் பண்பாட்டோடு பல இடங்களிலே சமரசம் செய்து கொள்கிறது. வேறு ஒண்ணும் வேணாம். நானே நேர்ல பார்த்து எழுதியிருக்கேன். திருமலை ராயர்பட்டினத்துல பெருமாளை மாப்பிள்ளைன்னாங்க. அதனாலே அந்த நம்பிக்கையின் அடிப்படையில் மீனவ சாதிப் பெண்கள் பெருமாள் நீராட வரும் போது பட்டினஞ்சேரி கடற்கரைக்குத் திருக்கண்ணபுரம் சவுரி ராஜபெருமாள் வருகிறபோது மருமகன் என்பதனாலே நேரிலே நின்று சாமி கும்பிட மாட்டார்கள். அந்த மரபை நேர்லயே பார்த்திருக்கேன். ஏன்னா மருமகனாம்.

அந்தளவிற்கு சைவக் கோயில்கள் சமரசம் பண்ணியிருக்கா?

சைவம் சமரசம் பண்ணல. ஒண்ணு ரெண்டு இடங்கள் இருக்கலாம். வைணவம் அளவுக்கு உறுதியாகப் பண்ணல.

அப்படி எதாவது குறிப்பிட்டுச் சொல்லும்படி இருக்கா?

தேர்த் திருவிழால எல்லா சாதிகளும் பங்கெடுக்கத்தானே செய்றாங்க. திருநெல்வேலில ஒரு திருவிழா இருக்கு, மதுரைக் கோயில்ல பிட்டுக்கு மண் சுமந்த திருவிழா, 64 திருவிளையாடல்களை நடத்திக் காட்டுகிற போது எல்லா சாதிகளோடயும் கோயில் நிர்வாகம் சமரசம் பண்ணிக்கிறது.

அழகர் கோயில் ஆய்வு செய்த கால நினைவுகள்...

கூட்டத்துல புகுந்து கொஸ்டின் கொடுத்து பண்றது என தொடர்ச்சியா 24 மணி நேர சர்வே ஒரு ஆண்டு பண்ணேன். என்னுடைய மாணவ நண்பர்கள் 6 பேர் இடைவிடாமல் மாறி மாறி 24 மணி நேரம் பண்ணோம். 76—இல் இருந்து 79 வரைக்கும் ஆய்வுக் காலம். 76 டிசம்பர்ல இருந்து 77 டிசம்பர் வரைக்கும் குடும்பத்த இங்க விட்டுருந்தேன். மாதம் 15 நாள் சென்னைக்குப் போயிடுவேன்.

மயிலை சீனி வேங்கடசாமியை நேர்ல பார்த்திருக்கிறேன். ரொம்ப சந்தோஷப்பட்டாரு. ஏன்னா அவர் எழுதுறபோது அழகர் கோவில் பவுத்தக் கோவிலோன்னு சந்தேகப்பட்டாரு. நான் அவர் எழுதி 43 வருசம் கழிச்சு ஒரு கட்டுரை எழுதிட்டுபோய் நீங்க எழுதுனது சரின்னு சொன்னபோது அவருக்கு சந்தோஷம் தாங்கல. அவருக்கு அப்ப பேச முடியல. ஆனாலும், நல்லா கேட்டார். அவரைப் பார்த்தது பெரிய விசயம். மெட்ராஸ் யுனிவர்சிட்டில vivaவின் போது எப்படி சார் எழுதுனீங்கன்னுதான் முதல்ல கேட்டாங்க. தலைப் பிள்ளை மாதிரி அது பேர் சொல்லும் நூல்.

தமிழ்ச் சமூகத்துக்கு திணைக்கோட்பாடு

திணைக் கோட்பாடு தமிழர்களின் ஆழ்ந்த அனுபவத்தையும் இலக்கிய மேன்மையையும் காட்டக்கூடியது. காலத்தோடும், வெளியோடும் தொடர்புகொண்டதுதான் எல்லாம் என்று சொல்லக் கூடியது திணைக் கோட்பாடு.

நான் கனடாக்குப் போனப்ப கேட்டாங்க. திணைக் கோட்பாட எப்படி நீங்க கண்டுபிடிச்சீங்க. அது எனக்குத் தெரியாது. திணைக் கோட்பாடு என்பது காலத்தோடும், வெளியோடும் தொடர்புடையதா இருந்தது. காலத்தோடும், வெளியோடும் தொடர்பு கொண்டுதான் அவங்க இலக்கியம் படைக்க முடியும்னு அவங்க நம்புனாங்க. இன்றைக்கு நீங்க அத வெவ்வேறு பேர்கள்ல செஞ்சுட்டு இருக்கீங்க.

எத்னோகிராஃபிக் நாவல்னு இன்றைக்கு சொல்றாங்கல்ல. இனவரைவியல் நாவல்னா என்னது திணை இலக்கியம்தானே. சாதி சார்ந்து வட்டாரம் சார்ந்து நிறைய நாவல்கள் வருது. இதெல்லாம் என்ன. திணைக் கோட்பாட்டினுடைய பின்தொடர்ச்சிதானே. நிலம் சாராமல் எதுவும் இருக்க முடியாது. மொழியவே இவன் கன்னியாகுமரிக்காரன், இவன் கோயம்புத்தூர்காரன், இது மெட்ராஸ்காரன் பாஷை அப்படிச் சொல்றோம்ல. அது நிலம் சார்ந்ததுதான்.

பாரதியார்

புதுக்கவிதையின் தோற்றுவாயாக உள்ள பாரதியை இன்றைய தமிழிலக்கிய உலகில் முற்றாகப் புறக்கணிக்கும் ஆளுமைகளும் உள்ளன. பாரதியை முற்றாக மறுப்பவர்கள், 'பாரதியை ஒரு கவிஞராக ஏற்றுக் கொள்ளலாமே தவிர்த்து, அதிக முக்கியத்துவம் கொடுப்பதை ஏற்கவியலாது' என சில குற்றச்சாட்டுகளை முன்வைக்கின்றனர். பாரதியை முற்றாக நிராகரிப்பது சரியாகுமா? இவற்றை எப்படிப் பார்ப்பது?

நான் பாரதியாரை முற்றாக நிராகரித்த இடத்திலிருந்து வந்தவன். பாரதியா? பாரதிதாசனா?னு ஒரு பட்டிமன்றம் நடக்கும். பாரதிக்கு நெல்லைக் கண்ணன். நான் எதிரணி. இப்படித்தான் தொடங்குனோம். வேலைக்குப் போய் தனியா பாரதியைப் படிக்கும் போது நாம தப்பு பண்ணிட்டோமோன்னு தோணுச்சு. கொஞ்ச காலங்கழிச்சு நாம பெரிய தப்பு பண்ணிட்டோம்னு தோணுச்சு. அப்புறம் பாரதியாரை முழுக்க வாசிக்க, வாசிக்க நாம முட்டாள்தனம் பண்ணிட்டோம்னு தோணுச்சு. பெரியாரை ஏத்துக்கிறேன். பாரதியும் பகுத்தறிவு இயக்கம்னு நான் ஒரு கட்டுரை எழுதியிருக்கேன். பாரதிய பாரதியா ஒத்துக்கணும். எட்டயபுரத்து ஸ்மார்த்த பிராமணனா பார்க்கணும். அப்புறம் அவன் எப்படி எவால்வானான், எஸ்டாபிலிஷ் ஆனான்னு பார்க்கனும். நான் பாரதியை மகாபுருசனாவே ஏத்துக்குறேன். வாழ்ந்து காட்டுனான். வாழ்கிற காலம் அவன ஏகாதிபத்தியம் கசக்கிப் பிழிஞ்சு, சக்கையாத் துப்பிட்டு. அதுவரைக்கும் அவன் நின்னான். அவ்வளவுதான். மன்னிப்புக் கடிதம் எழுதிக் கொடுத்தான்பாங்க. நானா இருந்தா எழுதிக் கொடுத்திருப்பேன். ஏகாதிபத்தியத்த எதிர்த்து ஒரு ஏழை பிராமணனால அந்தக் காலத்துல அவ்வளவுதான் முடியும்.

அவரது உரைநடை பற்றி...

உரைநடைதான் உண்மையான பாரதி. உரைநடையில்தான் அவனுடைய வாசிப்பின் வீச்செல்லாம் தெரியும். தமிழனைத் தவிர வேறொரு சாதிக்காரன் அழகிலும் அந்தஸ்திலும் உயர்ந்திருந்தால் எனக்குப் பொறுக்கவில்லை. தமிழச்சியைத் தவிர வேறொரு சாதிக்காரப் பெண் அழகாய் இருப்பதைக் கண்டால் பொறுக்கவில்லை.

அதே பாரதி ரஷ்யபுரட்சியின்போது மாகாளியின் கடைக்கண் பட்டுன்னு கூறுகிறாரே?

எட்டயபுரத்து அக்ரகாரத்துப் பையன் அவன். அவ்வளவுதான் பேசமுடியும். உங்க ஆசைக்கு நீங்க வச்சுருக்கிற ஸ்கேல் அளவுக்கு எல்லாம் யாருமே வரமாட்டாங்க. நாங்க இப்படி வச்சுத்தான் ஏமாந்து போனோம்னு சொன்னேன். பாரதிய படிக்காதது தவறுன்னு நினைச்சேன். பெருந்தப்புன்னு நினைச்சேன். முட்டாள்தனம்னு நினைச்சேன். பாரதியார் எங்கப்பா பிறப்பதற்கு முன்னாலேயே செத்துப் போயிட்டார். அது அப்படியேதான் இருந்துச்சு. நான்தான் வளர்ந்திருக்கேன்.

பாரதியை முதன்மைப்படுத்திய தமிழ்ப்படைப்பாளிகள், அறிவாளிகள் யாரும் பாரதிதாசனை முதன்மைப்படுத்தவில்லை அல்லது பாரதிதாசன் குறித்து பெரிய அக்கறை எடுத்துக் கொள்ளவில்லை என்ற குற்றச்சாட்டு முன்வைக்கப்படுவது குறித்து...

உண்மையோ பொய்யோ பாரதிதாசன் நாத்திகர்ங்கிற முத்திரை அவர் மேல விழுந்திருச்சு. நான் ஒரு நாத்திகன்னு எழுதியே வச்சுருக்கார் 1927ல. அதனால அவருக்குக் கவிதைக்குரிய மரியாதை கம்மி. பாரதியார் ஆன்மிக கவிஞரா இருந்ததால அவருக்கான மரியாதை கூட

குடும்பம்

தங்களுடைய வளர்ச்சிக்கு வித்திட்ட உங்கள் அம்மா குறித்து...

எனக்கு இந்த வகையான ஆர்வம் வந்ததக்குக் காரணம் எங்கம்மாதான். ஒரு நாலாண்டு காலம். கோடை காலத்துல நான் ஊருக்கு வந்தா வேலைக்குச் சென்ற புதிதில் எங்க வீட்ல எங்க அம்மா மட்டுந்தான். இரவுச் சாப்பாடு சாப்பிடுகிறபோது எங்கம்மா ஏன்ட்ட நிறைய பேசிட்டே இருப்பாங்க. ஒவ்வொரு கதையா சொல்லுவாங்க. அவ இந்த ஊர்லயே பிறந்து வளர்ந்தவ. இந்த ஊர்லயே இருந்ததுனால இந்த ஊருடைய வளர்ச்சி, பிற சாதிகளோட தொடர்பு, பழமொழிகள், சொலவடைகள், (Proverbs, Phrases) இதுலயெல்லாம் எங்கம்மா கெட்டிக்காரங்க. எல்லாரும் சொல்வாங்க நிறைய பழமொழி சொல்லிட்டே இருப்பாங்க. ‘பார்ப்பானுக்கு மூப்பு பறையன்’ அதே எங்கம்மா சொன்னதுதான். அப்புறம் யாரும் சொல்லி நான் பார்க்கல. கடைசியா முப்பது, முப்பத்தைந்து ஆண்டுகள் கழித்து எங்க மாமனார் சொல்லி நான் கேட்டேன்.

இத்தனைக்கும் எங்கம்மா பள்ளிக்கூடத்துக்கு போகாத ஆளு. மூணு நாள்தான் பள்ளிக்கூடத்துக்குப் போனேன்னு சொல்லி, கடைசி வரைக்கும் வருத்தப்பட்டுக்கிட்டிருந்தா. அவ பிறந்து வளர்கிற காலத்துல வீட்டுக்கு பக்கத்துல பெண் பள்ளி வந்தாச்சு. 100 ஆண்டுகளுக்கு முன்னாலே அஸ்போன் மெமோரியல் ஸ்கூல். 3 நாள் ஸ்கூலுக்குப் போனாளாம். அவங்கம்மா பிள்ள தூக்க ஆளில்லன்னு நிறுத்திட்டாளாம். சொல்லிச் சொல்லி வருத்தப்படுவாங்க. இவ்வளவு கல்வி பெருத்த நகரத்துல நான் படிக்கலையேன்னு.

அதனாலேயே இந்தப் பழமொழிகள் சொலவடைகள் மேல அவளுக்கு ரொம்ப ஆர்வம் இருந்துருக்கு. சொல்லிட்டே இருப்பா. கேட்டுட்டே இருப்பேன். மனித உறவுகளப் பத்தி நிறைய பேசுவாங்க. இந்த ஊர்ல வெள்ளைக்காரன் இருந்தான்ல. வெள்ளைக்காரனப் பத்தி நிறைய பேசுவா. வெள்ளைக்காரன் கண்ணுவச்சா ஒரு பொருள் விளங்காது அப்படிண்ணுவா. எங்க வீட்ல இருந்த ஆட ஒரு வெள்ளக்காரன் விலைக்குக் கேட்டானாம். எங்கப்பா கொடுக்க மாட்டேன்னாராம். அந்த ஆடு செத்துப் போச்சாம். அதான்

சொல்லுவா. அப்புறம் நான் வெளியில வேலைக்கு போனப்பெறவு 20 வயசுலதான் இந்த ஊர விட்டு வெளியில போறேன். காரைக்குடிக்கு படிக்கப்போறேன். எங்கம்மாவோட பேச்சு காரணமாக Every Old man is good read with என்ற எண்ணம் வந்துச்சு. ஒவ்வொரு மனிதனும் படிக்கப்பட வேண்டிய புத்தகங்கள். அதுனாலதான் யார் எங்க பேசுனாலும் கேட்டுட்டே இருக்க வேண்டியது. அல்லது அவங்கள பேச வச்சு கேட்டுகிட்டு இருக்கிறது. பேச வைக்குறதுன்னா எதாவது அவங்களுக்கு விருப்பமான ஒண்ணச்சொல்லி தண்ணி வராத பம்புல தண்ணிய ஊத்தி அடிச்சா வரும்ல அதுமாதிரி, பேச ஆரம்பிச்சா அப்புறம் நிறுத்தமாட்டாங்க. என்னுடைய methodology உரையாடல் மரபிலிருந்து வந்ததுதான். நிறைய உரையாடல்கள்ல தெரிந்து கொண்ட செய்திதான் அதிகம்.

தங்களது படிப்பு, நட்பு, கல்வி குறித்து...

இங்க அந்தோணியார் பள்ளி, தெற்கு கடைத் தெரு மூலைல. இங்க இருக்குற சேவியர் கல்லூரி. எம்.ஏ மட்டும் காரைக்குடிக்கு போனேன். அப்ப இங்க எம்.ஏ. கிடையாது. எந்த PG Courseம் ஏ.எல்.முதலியார் கொடுக்க மாட்டாரு. 25 வருசமா மெட்ராஸ் யுனிவர்சிட்டில துணைவேந்தரா இருந்தாரு. ஒரு டெரர்! இவ்வளவுக்கும் அலோபதி டாக்டர் அவரு. ராமசாமி முதலியார், லட்சுமணசாமி முதலியார் இரண்டு பேர். திராவிட இயக்கதினுடைய தூண்கள். ஜஸ்டிஸ் கட்சியினுடைய தூண்கள். அவர் பெரிய Gynogologist அந்தக் காலத்துல ஆண்கள்ல கைனகாலஜிஸ்ட். அவரு மதுரைக்கு தெற்கே எங்கேயும் எம்.ஏ., எம்.எஸ்.ஸி தரமாட்டேன்டாரு. அப்புறம் நான் காரைக்குடியில போயி படிச்சேன். இராமநாதபுரம் மாவட்டத்துல இளையான்குடியில வேலைபார்த்தேன். ரொம்ப அத்துவானக் கிராமம்.

உங்களுடைய இளமைக்கால நண்பர்கள், நட்பு குறித்து...

இளமைக்கால நண்பர்கள் எல்லாம் என்னோடு பால் பண்ணைக்கு மாடு பத்திட்டு வந்தவுங்க. வாய்க்கால்ல வந்து மாடு குளிப்பாட்டு னவங்க. இவங்கதான். சடுகுடு விளையாடுனவங்க. பள்ளிக்கு போன பிறகு கத்தோலிக்க கிறிஸ்துவப் பள்ளியாக இருந்தது. ஒரு பிராமனிக்கல் Tinch உண்டு. என்னுடைய ஆசிரியர்கள் பெரும்பாலும் பிராமின்ஸ்தான். அப்புறம் கல்லூரி. கல்லூரி போனப்ப திராவிட இயக்க சார்பு நிலை. ஆசிரியர்களுக்கே அப்ப அதுதான் இருந்துச்சு. திராவிட இயக்க சார்பு நிலைன்றதவிட காங்கிரஸ் எதிர்ப்பு நிலைப்பாடு ரொம்ப. பிறகு வேலைக்குப் போய்ட்டேன். வேலைக்குப் போனபிறகுதான் பாரதியாரையே சரியாப் படிச்சேன் நான். அதுவரைக்கும் திராவிட இயக்க சார்புல பாரதியாரைக் கூட சரியாப் படிக்கல. பாரதிதாசனத்தான் படிச்சுட்டு இருந்தேன்.

சமகால ஆய்வாளர்கள் குறித்து...

நான் மூன்று ஆய்வாளர்கள என்னைத் திசை திருப்புனவங்களா அடிக்கடி சொல்வேன். நா. வானமாமலை, மு. ராகவையங்கார், மயிலை சீனி. வேங்கடசாமி. இந்த மூணுபேர்தான் என் மெத்தடாலஜியை Shape பண்ணவங்க. அப்புறம் நிறையப் பேர் இருக்காங்க. நான் இந்த மூணு பேரைத்தான் உணர்ந்து படிச்சேன்.

சமூகம்

இன்றைய இளைஞர்களைக் கெடுக்கிற விதமாகப் பல்வேறு விதமான போதைகள் இருக்கு. சினிமா, ஊடகம், டாஸ்மாக் என.... ஒரு பண்பாட்டு ஆய்வாளரா நீங்கள் இவர்களுக்கு சொல்ல விரும்புவது.

நான் என்ன சொல்றது. கேட்கிறதுக்கு ஆள் கிடையாது.

நாங்கள்லாம் உங்கள படிச்சுட்டுதான் வந்தோம்

அவ்வளவுதான். இதே பெரிய விசயம். சென்னைல இருந்து வந்து கேட்கிறது. இதான் எனக்கான அதிகபட்ச அங்கீகாரமா நினைக்கிறேன். இவ்வளவுதான் இருக்க முடியும். இதுக்கு மேல நான் எதிர்பார்த்து ஏமாந்து போகக்கூடாது. ஆனா சமூகம் திருந்தாம இப்படியே போய்ட்டு இருக்காது. எல்லா இரவுகளும் விடிஞ்சு ஆகணும்ல. அப்படியே இருட்டுல முங்கிப்போகல உலகம். செங்கிஸ்கான் காலத்துல, தைமூர் காலத்துல, ஔரங்கசீப் காலத்துல, ஏன் காங்கிரஸ் காலத்துலயே இந்தியா முங்கிப் போகலையே.

பெரியாரை நீங்கள் சந்தித்திருக்கிறீர்களா?

1970 ஜூன் மாதம் அவரைப் பார்த்திருக்கிறேன். அப்போது எடுத்த படம்தான் வீட்டிலுள்ளது. அப்ப எனக்கு 21 வயது, அவருக்கு 93 வயது. நான் அப்போது எம்.ஏ படிக்கிற மாணவன்.

கமல்ஹாசன் உங்களுடைய எழுத்துக்களை விரும்பி வாசிக்கிறாரே. அவருடனான உங்கள் பழக்கம் குறித்து..

கமல்ஹாசன் நல்ல ரீடர். அவருடன் பேசிக் கொண்டிருக்கும் போது தொலைபேசி அழைப்பு வந்தால் தமிழ், மலையாளம், தெலுங்கு, கன்னடம் என எந்த மொழியிலும் சாதாரணமா பேசிட்டு வச்சுடுவார். அத்தனை மொழியும் தெரிஞ்சுருந்தா நமக்குத் தெரிஞ்ச விசயத்துக்கு என்னாலாம் பண்ணியிருக்கலாம்னு தோணும். Sense of Humor உள்ள ஆளு. நல்லா ஜாலியா பேசுவாரு. கெட்ட வார்த்தை நல்லா பேசுவாரு.

பாரதிதாசன் கவிதையை நான் ஒருமுறை அவரிடம் சொன்னேன். அதற்குப் போட்டியா மலையாளப் பாட்டு சொன்னாரு. மாடிப்படில இருந்து காலி குடம் கீழே விழுது. அந்தச் சத்தம் எப்படியிருக்குங்கிறத

பாட்டுல பதிவு பண்ணியிருக்கான். அந்தப் பாட்ட அப்படியே சொன்னாரு. குணா படத்துல வர்ற

இடங்கொண்டு விம்மி இணை கொண்டு இறுகி இளகி முத்து

வடங்கொண்ட கொங்கை மலை கொண்டு இறைவர் வலிய நெஞ்சை

நடங்கொண்ட கொள்கை நலம் கொண்ட நாயகி நல் அரவின்

படம் கொண்ட அல்குல் பனி மொழி வேதப் பரிபுரையே

என்ற அபிராமி அந்தாதியைத் தொலைபேசியில் அப்படியே சொன்னார். எட்டாங்கிளாஸ்தான் படித்திருக்கிறார். ஒருமுறை ஒரு புத்தகத்தைப் படித்து விட்டு என்னிடம் தொலைபேசியில The Lost Word of the man, கடைசி கடைசியா ஒரு மனிதன் சொல்ற வார்த்தையைப் பற்றிய புத்தகச் செய்தியைச் சொன்னார். நான் அவரிடம் சொன்னேன் வைஷ்ணவத்திலேயே இது இருக்கே. சர்வ வாயநிர்ணயம், சர்வ ஸ்லோக இரண்டு புத்தகம் இருக்கு. உலகத்துக்கு கடைசியா என்ன செய்தி சொல்லிட்டு போறான்னு The last word of the acharya. ன்னு சொன்னேன். வைணவம் சம்பந்தப்பட்ட சந்தேகம் இருந்தா கேட்டுக்குவார்.

The last word of the acharya அதுக்கு என்ன பொருள்?

ஒருத்தர் சாக போறப்ப எதாவது சொல்லுங்கன்னு கேட்கிறார். ஒருத்தர் கடற்கரையையும், மணல் வெளியையும் நினைத்திருங்கள் அப்படின்னு சொல்லிட்டு செத்துப் போயிடுறார். அப்படின்னா என்னா அர்த்தம்னா அந்தப் பக்கம் இராவணன் இருக்கிற இலங்கை இருக்கு. இந்தப் பக்கம் திருப்புல்லாணி கடற்கரையில இராமன் வில்லையும் அம்பையும் பிடிச்சுட்டு எல்லோரும் தூங்கும்போது காவல் காத்தானாம். அந்தக் காட்சியை நினைச்சுட்டுருங்கன்னு சொன்னார்.

கண்ணகி குறித்த விவாதம் மீண்டும் தொடங்கியிருக்கு?

காந்திராஜன், ஆவணப்படம் எடுத்துத் திரும்பத் தொடங்கியிருக்காரு. கண்ணகி குறித்த myth வந்து தமிழ்ச் சமூகத்துல முக்கியமான விசயம் இல்லையா. தமிழகம் தாண்டி வெளியில பரவுனது. இலங்கையில பத்தினி தெய்வம்னு கண்ணகிய கும்பிடுறான். கிழக்கு இலங்கைல கண்ணகியம்மன் கோயில் மட்டக்கிளப்புல இருக்கு. மலையாளத்துல பகவதியம்மன்ற பேர்ல நிறைய ஊர்கல்ல கோயில் இருக்கு. குறிப்பா கொடுங்களூர் பகவதி கோயில். Sectrets Champer Of Kodumpaloor இங்கிலீஸ்ல ஒரு புத்தகம் எழுதியிருக்கார். கொடுங்களூர் பகவதி கோயில் கர்ப்பக் கிரகத்திற்குப் பின்னாலதான் ஒரு Room பூட்டிகிடக்கு. எந்தப் பக்கமும் திறப்பில்லாத ஒரு அறை. இப்படி

நிறைய கோயில்கள் இருக்கு. அதை கண்ணகியோட சமாதிங்கிறாங்க. கண்ணகி கதையும், சிலப்பதிகாரமும் ஆய்வுக்குரிய விசயம்தான். காந்திராஜன் ஆவணப்படத்த மதுரை சமணப் பள்ளிகள் இருக்கிற Route வழியாவே வந்துருக்காங்க. அன்னைக்கு பெருவழிகள்ங்கறதே Trade Routesதான். அவரோட கணிப்பு சரிதான். மதுரை வரைக்கும் நல்லா எடுத்துருக்காரு. ஆனா அதுக்கப்புறம் மேற்கே போற எடிசன்ல சரியா இல்ல.

தமிழ்ல மார்க்சிய விமர்சன மரபு தொ.மு.சி முதல் கேசவன் வரைக்கும் ஒரு தொடர்ச்சி இருந்தது. கேசவனுக்கு பிறகு..

இருக்குது. 'தமிழர் வாழ்வியல்'னு ஒரு புத்தகம் கேசவனுடைய நண்பர், அதே அரசுக் கல்லூரியிலே வே.மாணிக்கம்னு ஒருத்தர் எழுதியிருக்கார். மார்க்சிய இயலுடைய தொடர்ச்சி. அந்த மாதிரி யாராவது வருவாங்க. நம்ம கண்ணுக்கு தெரியலயே தவிர வருவாங்க. மாணிக்கமே ரொம்ப நாள் கழிச்சுத்தான் நமக்கு தெரிஞ்சாரு.

பாண்டியர் வரலாறு எழுதிக்கொண்டிருப்பதா கேள்விப் பட்டோம்..

எழுதல. எழுதணும்னு ஆசைப்பட்டேன்.

பாண்டியர் வரலாறு ஏன்?

சேர, சோழ, பாண்டியர் மூணுபேர்ல பாண்டியர் குடிதான் பழமையான குடின்ற எண்ணம் அந்தக் காலத்துலேயே இருந்திருக்கு. பாண்டியர்களை வெற்றி பெறுவதைத்தான் பெரிய வெற்றியாக சோழர்கள் கருதியிருக்கிறார்கள். பாண்டியர் குடிதான் ரொம்ப பழைய குடியாக அறியப்பட்டிருக்கு. பாண்டியர்களுடைய தெய்வம் தமிழ்நாட்டின் முதல் பெரும்தெய்வமான மீனாட்சி. பெண் முடிசூடி ஆண்டாள். பெண் அரசு ஆளுகைக்கு கீழே தமிழ்நாடு இருந்தது. அரசு உருவாக்கம் அங்கிருந்து தோன்றியதற்கு அடையாளமாக இன்னும் ஆண்டுக்கு ஒருநாள் மீனாட்சிக்கு வேப்பம்பூ மாலை அணிவிக்கிறார்கள். வேப்பம்பூ மாலை பாண்டியர்களோட குறியீடு. பாண்டியர் மீனாட்சிய வழிபட்டதா நின்று ஆண்டிருக்கார். இதான் பழைய அரசா இருக்கணும்.

பாளையங்கோட்டை தல வரலாறு குறித்த உங்கள் நூல்?

அது ஒரு சின்னப்புத்தகம். இன்னமும் அறியப்படாத கல்வெட்டுகள், செப்பேடுகள் நிறைய இருக்கு. வெளிநாடுகள்ல இதுமாதிரி உள்ளூர் வரலாறு நிறைய இருக்கு.

தமிழ்ச் சமூகத்தில் பெரியார் பிரபாகரன் என்ற மிகப்பெரும் ஆளுமைகள் பற்றிய தங்களது பார்வை...

விடுதலைக்காக வாழ்ந்தவர்கள் இருவரும். பெரியார் சமூக விடுதலைக்காக வாழ்ந்தவர். மனிதகுல விடுதலைக்குப் பெரியார்.

பிரபாகரன் இன விடுதலைக்கு. இரண்டு பேரும் வாழுகிற காலத்திலேயே அங்கீகாரம் பெற்றவர்கள். பெரியார் பெற்ற வெற்றியை பிரபாகரன் பெறவில்லை. பன்னாட்டுப் படைகள் அதற்கு அனுமதிக்கலன்றதுதான் வருத்தமானது.

பெரியாரிஸ்டா இருந்து கோயில் சார்ந்த ஆய்வு செய்து, பண்பாடு சார்ந்தும், நாட்டார் தெய்வங்கள் பற்றியும் சொல்றீங்க. இப்பச் சொல்லுங்கய்யா கடவுள் இருக்காரா இல்லையா?

கடவுள்ன்ற ஒரு பொருள் இருக்க இயலாது. ஆறு விரல் மனுசனப் பாத்திருக்கேன். மூன்றுகால் மனுசன பார்த்திருக்கீங்களா? நான் பார்த்திருக்கேன் ஆப்பிரிக்க காடுகள்லனு சொன்னா, நீங்க என்ன நினைப்பீங்க? இருக்க இயலாது இல்லையா. ஒரு கன்னுக்குட்டி குருட்டுக் கண்ணுக்குட்டியா பொறந்தா செத்துப் போயிறும், நிக்காது. கடவுள்ன்ற ஒரு பொருள் இருக்க இயலாது.

தசாவதாரம் படத்தில கடைசி வசனம் உங்களோட பாதிப்புன்னு கேள்விப்படறோம். இப்ப சொல்லுங்கய்யா, கடவுள் இருந்தா நல்லாயிருக்குமா ஐயா?

இருந்தா நல்லாத்தான் இருக்கும். தீமையை அழிக்க ஒரு ஆள் வேணும். எனக்கு பக்கபலமா என் ஆசையைச் செயல்படுத்த ஒரு ஆள் கிடைச்சா நல்லாத்தான் இருக்கும். இவன் சொல்ற கடவுள் இவன மாதிரி இருந்து என் கை பட்டார்னா நல்லா இருக்கும். என் ஆசைகளுக்கு இணங்கி வந்தார்னா நல்லாயிருக்கும்.

திடீர்னு தெய்வம் உங்க முன்னாடி வந்து என்ன வேணும்னு கேட்டா என்ன கேட்பீங்க?

எனக்கு இப்படிக் கற்பனை கூட பண்ணமுடியல. அடுத்த பிறவிலயும் இந்த ஊர்லயே பிறக்கணும். அதுலயாவது சிலப்பதிகாரத்த ஒழுங்கா படிக்கணும்னு கேட்பேன்.

மாதெஸ்ட் போசிப்பு | பேராசிரியர் தொ.ப.வின் தெறிப்புகள்

குறிப்புகள்